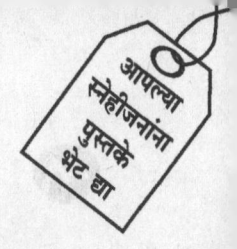

द केस ऑफ द लकी लूझर

पेरी मेसन यांच्या रहस्यकथा

लेखक

अर्ल स्टॅन्ले गार्डनर

अनुवाद

बाळ भागवत

मेहता पब्लिशिंग हाऊस

◆ *या पुस्तकातील लेखकाची मते, घटना, वर्णने ही त्या लेखकाची असून त्याच्याशी प्रकाशक सहमत*
असतीलच असे नाही.

THE CASE OF THE LUCKY LOSER by ERLE STANLEY GARDNER
© 1957 by Erle Stanley Gardner, Renewed 1985 by Jean Bethel Gardner and
Grace Naso First Indian Print : 2002 by Mastermind Books.
Translated into Marathi Language by Bal Bhagwat

द केस ऑफ द लकी लूझर / अनुवादित कादंबरी

अनुवाद   : बाळ भागवत
             १८, कुबल निवास, गोखले रोड, (उत्तर) दादर, मुंबई - २८.

मराठी अनुवादाचे व प्रकाशनाचे हक्क मेहता पब्लिशिंग हाऊस, पुणे.

प्रकाशक   : सुनील अनिल मेहता, मेहता पब्लिशिंग हाऊस,
             १९४१, सदाशिव पेठ, पुणे ३०.

मुखपृष्ठ   : चंद्रमोहन कुलकर्णी
प्रथमावृत्ती   : नोव्हेंबर, २०१७

P Book ISBN 9789386888365

पात्रपरिचय

पेरी मेसन : केवळ थोडीफार मदत करायच्या इच्छेने हा नाणावलेला फौजदारी वकील न्यायालयात हजर राहतो. मग त्याच्या लक्षात येते की, अत्यंत हुशारीने रचलेल्या कटकारस्थानात तो ओढला गेलेला असतो.

डेला स्ट्रीट : मेसनच्या या अत्यंत प्रामाणिक सेक्रेटरीला पेरी मेसनच्या डोळ्यात बघताच कळते की, या प्रकरणामध्ये त्याच्या अपेक्षेपेक्षा जास्तीच धक्के त्याला बसलेले असतात.

जज मर्व्हिन स्पेन्सर
कॅडवेल : मेसनने अत्यंत हुशारीने एका माणसाचा जीव वाचवण्यासाठी वेळ काढायला सुरुवात करताच ते कडाडतात, "पेशाला न शोभणारे वर्तन! नैतिकदृष्ट्या अयोग्य!"

मॉर्टिमर डीन
हाऊलॅन्ड : निरर्थक आरडाओरड करणाऱ्या बचाव पक्षाच्या या ॲटर्नीला आरोपी अपराधी ठरणार याची खात्री असल्याने आनंदाने सर्व प्रकरण तो पेरी मेसनच्या गळ्यात अडकवतो.

मिर्टल ॲन
हेले : सरकारी पक्षाच्या या प्रमुख साक्षीदाराची साक्ष इतकी घोटून दिल्यासारखी व्यवस्थित असते की, त्यामुळेच पेरी मेसनला संशय येतो.

गुथ्री बाल्फोर : आपल्या करोडो डॉलर्सच्या आर्थिक साम्राज्यापेक्षा याला मेक्सिकोमधले उत्खनन, आपली वाकड्या वळणाने जाणारी पत्नी आणि दुर्दैवी पुतण्या यांच्यातच जास्ती रस असतो.

मॅरिलिन कीथ : या लाजऱ्या तरुण मुलीने अत्यंत गोंधळाच्या परिस्थितीत वकील म्हणून पेरी मेसनची नेमणूक केलेली असते, तरी परखड विचार करणाऱ्या पेरीला हिची दया येते, हे खरे.

डोर्ला बाल्फोर : मानववंशाचा हौशी अभ्यासक गुथ्री बाल्फोर पैशाच्या बळावर अत्यंत मोहक अशा या स्त्रीला आपली दुसरी पत्नी म्हणून मिळवू शकला असतो खरा, पण तिला स्वत:शी प्रामाणिक ठेवण्यात तो अपयशी ठरतो.

पॉल ड्रेक : ड्रेक डिटेक्टिव्ह एजन्सीचा प्रमुख आणि पेरी मेसनचा उजवा हात असणाऱ्या पॉल ड्रेकने शोधून काढलेल्या पुराव्यांनी प्रकरणावर प्रकाश पडण्याऐवजी पेरी मेसनची मतीच गुंग होते.

ॲडिसन बाल्फोर : मृत्युशय्येवर असतानाही दुर्दम्य इच्छाशक्ती बाळगणारा बाल्फोर, अलाईड असोसिएट्सचा हा प्रमुख आपले कुटुंब भानगडींमध्ये गुंतण्याचा धोका निर्माण झाल्यावर सर्व आयुधांनिशी लढायला तयार होतो आणि त्याच्याकडे तशी अनेक आयुधेही असतात खरी!

टेड बाल्फोर : बाल्फोर कुटुंबाचा हा तरुण वंशज नसत्या लफड्यांमध्ये अडकतो आणि सदोष मनुष्यवधाच्या आरोपाखाली अपराधी ठरवला जाऊन ॲडिसन बाल्फोरच्या रोषाला पात्र ठरतो.

फ्लॉरेन्स इन्गल : गुथ्री बाल्फोरबद्दलच्या तिच्या भावना सर्वांना माहीत असतात; आणि त्याच्या तरुण आणि मोहक पत्नीबद्दलचा द्वेषही सर्वांना ठाऊक असतो; पण या प्रकरणातल्या अत्यंत महत्त्वाच्या काळात ती कुठे असते, हे एक कोडेच असते – म्हणजे पेरी मेसन तिच्या मागे लागेपर्यंत तरी!

बॅनर बोल्स : ॲडिसन बाल्फोरचा उंच, धिप्पाड आणि धोकादायक ट्रबल शूटर – कुठल्याही तऱ्हेची भानगड निस्तरण्यात तरबेज! अत्यंत व्यवहारचतुर आणि काहीही करायला तयार; शपथेवर खोटी साक्ष द्यायलासुद्धा.

हॅमिल्टन बर्जर : एखाद्या अस्वलाप्रमाणे भीतिदायक असणाऱ्या डिस्ट्रिक्ट ॲटर्नीने आपल्या जुन्या शत्रूबरोबरची – पेरी मेसनबरोबरची – न्यायालयातली लढाई दुसऱ्यावर सोपवलेली असते; पण पेरीवर मात होणार अशी चिन्हे दिसल्यावर शेवटच्या क्षणी तो प्रेक्षक म्हणून हजर होतो.

१

पेरी मेसनची स्वीय साहाय्यक डेला स्ट्रीट हिने फोन उचलत म्हटले, "हॅलो!"

एका तरुण, गोड आवाजात बोलणाऱ्या स्त्रीने विचारले, "एक दिवस न्यायालयात हजर राहाण्यासाठी मिस्टर मेसन किती फी घेतील?"

परिस्थितीचा अंदाज घेण्याचा सावधपणा डेला स्ट्रीटच्या आवाजात दिसला. "कोणत्या तऱ्हेची केस आहे यावर सर्व अवलंबून राहील. त्यांनी काय करावे अशी अपेक्षा आहे आणि...."

"ऐकण्याशिवाय त्यांनी दुसरं काही करावं अशी अपेक्षा नाही."

"म्हणजे त्यांना कुठल्याही कामकाजात भाग घ्यायचा नाही?"

"नाही. त्यांनी न्यायालयात जे चाललं असेल ते ऐकायचं आणि निष्कर्ष काढायचे."

"कोण बोलतं आहे?"

"तुमच्या पुस्तकामध्ये ज्या नावाने नोंद होईल ते नाव सांगू?"

"बरोबर."

"कॅश."

"काय?"

"कॅश."

"मला वाटतं तुम्ही मिस्टर मेसन यांच्याशीच बोलावं." डेला स्ट्रीट म्हणाली. "मी त्यांच्या मुलाखतीची वेळ ठरवते."

"त्यासाठी वेळच नाही. मला ज्या केसबद्दल कुतूहल आहे, ती आज सकाळी दहा वाजता सुरू होणार आहे."

"एक क्षणभर थांबा." डेला स्ट्रीटने उत्तर दिले.

ती मेसनच्या केबिनमध्ये शिरली.

आपला पत्रव्यवहार वाचत असणाऱ्या मेसनने मान वर केली. "चीफ, मला वाटतं या प्रकरणात तूम्ही स्वतःच लक्ष घालायला हवं. आवाजावरून तरी तरुण भासणाऱ्या एका स्त्रीची इच्छा आहे की, तुम्ही आज कोर्टात हजर राहून त्या ठिकाणी

चालू असलेली केस ऐकावी. ती फोनवर आहे.''

''नाव काय आहे तिचं?''

''ती म्हणते कॅश.''

मेसनच्या चेहऱ्यावर हसू उमटले. त्याने फोन उचलला. डेला स्ट्रीटने दुसऱ्या लाइनवरून फोन जोडून दिला.

''कोण?'' पेरी मेसनच्या आवाजातच उत्साह होता. ''मी पेरी मेसन.''

त्या स्त्रीचा आवाज फारच मधाळ बनला. ''सुपिरिअर कोर्टाच्या तेविसाव्या कक्षामध्ये सरकार विरुद्ध बाल्फोर या एका गुन्हेगारीच्या प्रकरणाची ट्रायल सुरू आहे. तुम्ही कोर्टात हजर राहून ती ट्रायल दिवसभर फक्त ऐकून तुमचे निष्कर्ष मला सांगण्यासाठी किती खर्च येईल?''

''नाव काय तुमचं?''

''तुमच्या सेक्रेटरीला आधीच सांगितल्याप्रमाणे नाव कॅश आहे. तुमच्या पुस्तकामध्ये तशीच नोंद होईल.''

मेसनने आपल्या घड्याळाकडे बघितले. ''आत्ता नऊ पंचवीस झाले आहेत. मी सकाळी दोघा जणांना आणि दुपारी एकाला भेटीसाठी वेळ दिली आहे. या भेटी मला रद्द कराव्या लागतील. फारच महत्त्वाचं काम असेल, तरच मी हे करेन.''

''आहे. काम खूपच महत्त्वाचं आहे.''

''माझी फी तुमच्या या बोलण्यावर आणि माझ्या इतर भेटी रद्द करण्याच्या गरजेवर अवलंबून राहील.''

''किती असेल तुमची फी?'' तिने विचारले.

''पाचशे डॉलर्स.'' मेसनने ताडकन उत्तर दिले.

त्या मधाळ आवाजामधला आत्मविश्वास एकाएकी कमी झाला.

''अरे बापरे! सॉरी, मला कल्पना नव्हती. मला वाटतं हा विचारच सोडून द्यावा. खेद वाटतो मला.''

त्या तरुण स्त्रीच्या आवाजामधून जाणवलेल्या धक्क्यानेच की काय, पेरी मेसनला तिच्याबद्दल थोडा कळवळा वाटला.

''तुमच्या अपेक्षेपेक्षा फारच जास्ती फी वाटते?''

''अं... हो.''

''किती जास्ती?''

''मी... मी नोकरी करते... आणि... पगार....''

''मलासुद्धा इतरांचे पगार द्यावे लागतात, कर भरावे लागतात, ऑफिससाठी भाडं भरावं लागतं, लायब्ररी बनवावी लागते. माझ्या एका दिवसाच्या वेळेची... तुम्ही कुठल्या तऱ्हेचं काम करता?''

"मी सेक्रेटरी आहे."

"आणि मी ती केस फक्त ऐकावी असं वाटतं तुम्हाला?"

"हो... तशीच कल्पना... मला वाटतं, मी चुकीचीच कल्पना करून घेतली होती."

"किती फी द्यावी लागेल असं वाटलं होतं तुम्हाला?"

"तुम्ही शंभर डॉलर वगैरे म्हणाल अशी आशा होती मला. मी दीडशेपर्यंत मनाची तयारी ठेवली होती. सॉरी."

"पण मी ऐकावं असं का वाटतं तुम्हाला? तुम्हाला त्या केसमध्ये एवढा रस का?"

"तसा सरळसरळ संबंध नाही."

"गाडी आहे तुमच्याकडे?"

"नाही."

"बँकेत थोडीफार शिल्लक?"

"हो."

"किती?"

"सहाशे डॉलर्सपेक्षा थोडेसे जास्त."

"ठीक आहे. तुम्ही माझं कुतूहल चाळवलं आहे. तुम्ही मला शंभर डॉलर्स दिलेत, तर मी जाईन आणि ऐकेन."

"मिस्टर मेसन! ओ... खूप आभारी आहे! मी ताबडतोब पैसे देऊन कुणालातरी पाठवते, पण... पण मी कोण आहे हे तुम्हाला कधी कळता कामा नये. आत्ता मला सगळं नाही समजावता येणार; पण पैसे मिळतील तुम्हाला, अगदी लवकरच."

"मी नक्की काय करावं अशी इच्छा आहे तुमची?"

"या केसमध्ये तुमची नेमणूक झाली आहे, हे कधी कुणाला कळता कामा नये. ॲटर्नींसाठी राखीव ठेवलेल्या जागेवरसुद्धा बसू नका. मी तर म्हणेन प्रेक्षक म्हणूनच जा."

"पण मला बसायला जागा मिळाली नाही तर?"

"मी तो विचार केला आहे." ती म्हणाली. "तुम्ही न्यायालयामध्ये शिरलात की, क्षणभर थांबा; इकडेतिकडे बघा. आईलच्या – न्यायालयाचे दोन उभे भाग पाडणाऱ्या जाण्यायेण्याच्या मधल्या वाटेवर – डाव्या बाजूच्या भागात, मागून चौथ्या रांगेत, एक लाल केसांची, साधारण चाळीसएक वर्षांची स्त्री बसलेली असेल. तिच्या शेजारी एक पिंगट केसांची तरुणी बसलेली असेल. तिच्या शेजारच्या खुर्चीवर दोनतीन कोट ठेवलेले असतील. ती कोट उचलून घेईल आणि तुम्ही त्या जागेवर बसून घ्या. हातात ब्रीफकेस वगैरे नेऊ नका. तुम्हाला कुणी ओळखणार नाही, अशी आशा करू या."

दुसऱ्या बाजूने फोन खाली ठेवल्याचा आवाज आला.

मेसन डेला स्ट्रीटकडे वळला.

"शंभर डॉलर्स घेऊन माणूस आला की, त्याला पैसे मिळाल्याची पावती द्यायला विसरू नकोस डेला. ज्या कुणी पैसे पाठवले आहेत, त्या माणसाला ती पावती द्यायला त्याला सांग. मी कोर्टात जातो."

<h2 style="text-align:center">२</h2>

जज मर्व्हिन स्पेन्सर कॅडवेल आपल्या चेम्बरमधून न्यायालयामध्ये पाऊल टाकत असतानाच पेरी मेसन तेविसाव्या कक्षाच्या त्या न्यायालयामध्ये पोहोचला.

बेलिफ हातोडा ठोकत ओरडला, "सर्वांनी उभे राहावे."

त्या गडबडीचा फायदा घेत मेसन मधल्या वाटेवरून चौथ्या रांगेपर्यंत पोहोचला.

जज कॅडवेल आपल्या जागेवर स्थानापन्न झाले. बेलिफने पुन्हा हातोडा ठोकत कोर्टाचे कामकाज सुरू होत असल्याचे सांगितले. प्रेक्षक आपापल्या जागांवर बसत असतानाच मेसन शांतपणे दोन स्त्रियांच्या जवळ गेला. तरुण स्त्रीने आपल्या शेजारच्या खुर्चीवर ठेवलेले दोन कोट पटकन उचलताच त्या स्त्रियांकडे हळूच नजर टाकत मेसन खाली बसला.

त्या दोघीही मेसनकडे न बघता समोर नजर लावून बसल्या होत्या. त्यांनी मेसनकडे अजिबात लक्ष दिले नाही.

"कॅलिफोर्निया राज्य विरुद्ध थिओडोर बाल्फोर!" जज कॅडवेल म्हणाले. "ज्यूरर्स न्यायालयात हजर आहेत आणि आरोपीलाही न्यायालयामध्ये आणण्यात आले आहे, हे ॲटर्नींना कबूल आहे?"

"हो, युअर ऑनर."

"मग न्यायालयीन कामकाजाला सुरुवात करा."

"मला वाटतं, जॉर्ज डेम्प्स्टर यांची साक्ष चालू आहे." प्रॉसिक्यूटर म्हणाले.

"बरोबर." जज कॅडवेलने संमती दिली. "मिस्टर डेम्प्स्टर, आपण पुन्हा साक्षीदाराच्या पिंजऱ्यात उभे राहाल का?"

रुंद हाडापेराचा, सावकाश हालचाली करणारा तिशीमधला जॉर्ज डेम्प्स्टर साक्षीदाराच्या पिंजऱ्यात जाऊन उभा राहिला.

"काल तुम्ही सांगितलं होतंत की, हायवेवर पडलेल्या प्रेताजवळ तुम्हाला काही काचांचे तुकडे सापडले होते, बरोबर?" प्रॉसिक्यूटरने विचारले.

"बरोबर. हो सर."

“बाल्फोर गराजमध्ये असलेल्या मोटरगाडीचे हेडलाइट्स तपासण्याची वेळ तुमच्यावर आली होती का?”

“हो सर.”

“हेडलाइट्स कशा अवस्थेत होते?”

“उजवीकडला हेडलाइट फुटलेला होता.”

“तुम्ही गाडीची तपासणी कधी केली?”

“वीस तारखेच्या सकाळी सव्वासातच्या सुमाराला.”

“तुम्ही यासाठी कुणाची परवानगी घेतली होती?”

“नाही सर. गाडीची तपासणी करण्यासाठी नाही.”

“का घेतली नव्हती?”

“काहीही करण्याआधी आम्हाला खात्री करून घ्यायची होती.”

“त्यासाठी काय केलंत?”

“आम्ही बाल्फोरच्या घरी गेलो. घराच्या मागच्या बाजूला चार गाड्या उभ्या करण्याएवढं गराज होतं. घरामध्ये पूर्ण शांतता होती, पण गराजवरच्या अपार्टमेंटमध्ये हालचाल जाणवत होती. आम्ही गाडीमधून पोहोचलो. अपार्टमेंटच्या खिडकीमधून एकाने आम्हाला बघितलं आणि तो पायऱ्या उतरून खाली आला. तो तिथला नोकर आहे, अशी त्याने ओळख करून दिली आणि गराजवरच्या एका अपार्टमेंटमध्ये तो राहतो, असंही त्याने सांगितलं. आम्ही अधिकारी आहोत आणि एका गुन्ह्याचा पुरावा शोधण्यासाठी आम्हाला गराजमध्ये नजर टाकायची आहे, असं आम्ही त्याला सांगितलं. त्याची काही हरकत आहे का असंही विचारलं. नक्कीच नाही असं त्यानं सांगितल्यावर आम्ही गराजचा दरवाजा उघडून आत शिरलो.”

“जी. एम. बी. ६६५ हा लायसन्स नंबर असणाऱ्या गाडीकडे मी तुमचं लक्ष वेधतो. या गाडीच्या बाबतीत कुठली वेगळी अशी गोष्ट तुमच्या लक्षात आली का?”

“हो सर, आली होती.”

“कुठली?”

“गाडीच्या उजव्या बाजूचा हेडलाइट फुटला होता आणि उजव्या बाजूला एक पोचाही आला होता. बम्परवर रक्ताचे काही शिंतोडे उडाले होते.”

“मग तुम्ही काय केलंत?”

“नोकराला सांगितलं की, ती गाडी आम्ही ताब्यात घेत आहोत. ती गाडी चालवणाऱ्या इसमाची आम्हाला चौकशी करायची आहे, असंही सांगितलं. ती गाडी कुणाची आहे विचारल्यावर ती गुथ्री बाल्फोरची आहे असं तो म्हणाला; पण त्याचा पुतण्या टेड बाल्फोर ती चालवत होता, अशी माहितीही त्याने दिली.”

"हे रेकॉर्डमधून गाळून टाकण्यात यावं." आरोपीच्या अॅटर्नींनं हरकत घेतली. "ऐकीव माहिती. कायद्याचा आधार नसलेली, असंबद्ध आणि निरर्थक बाब. दुसऱ्याच कुणाच्या सांगण्यावरून गाडी कोण चालवत होतं हे ते सिद्ध करू शकत नाहीत."

"मान्य आहे." जज कॅडवेल म्हणाले. "हा पुरावा होऊ शकत नाही, हे सरकारी पक्षाला माहीत हवं."

"क्षमा करा युअर ऑनर." प्रॉसिक्यूटरने दिलगिरी व्यक्त करत म्हटले. "उत्तराचा हा भाग गाळावा म्हणून मी स्वत:च सुचविणार होतो. गाडी कोण चालवत होतं, हे अशा तऱ्हेने सिद्ध करायचा आमचा इरादा नाही. साक्षीदाराच्या हे ध्यानात यायला हवं होतं."

"मिस्टर डेम्प्स्टर, यानंतर तुम्ही काय केलं, ते न्यायालयाला आणि ज्यूरीला सांगा."

"आम्ही धाकट्या बाल्फोरला झोपेतून उठवलं."

"धाकटा बाल्फोर म्हणजे आरोपी, असंच म्हणायचं आहे ना तुम्हाला?"

"बरोबर. हो सर."

"त्याच्याबरोबर काही बोलणं झालं?"

"हो सर."

"कधी?"

"तोपर्यंत आठ वाजले होते."

"तुम्ही त्याला बिछान्यामधून उठवलं?"

"कोणीतरी उठवलं. तो बाथरोब घालूनच आला. आम्ही कोण होतो आणि आम्हाला काय हवं होतं, हे सांगितल्यावर तो म्हणाला की, कपडे चढवून कॉफी प्यायल्यावरच तो आमच्याशी बोलेल."

"मग तुम्ही काय केलंत?"

"तरी आम्ही तेव्हाच त्याच्याकडून काही माहिती काढता येते का असा प्रयत्न केला, पण आम्हाला जास्ती बळजबरी करायची नव्हती. तो मात्र कॉफी प्यायल्याशिवाय बोलायलाच तयार नव्हता."

"तुमचं त्याच्याशी कुठे बोलणं झालं?"

"गुथ्री बाल्फोरच्या घरीच."

"कोण कोण हजर होतं?"

"माझ्याबरोबर आलेले दुसरे पोलीस अधिकारी मिस्टर डॉसनही होते."

"ते आत्ता कोर्टात हजर आहेत?"

"आहेत सर."

"आणि कोण?"

"आरोपी सर.''

"दुसरं कोणी?''

"नाही सर.''

"आणि हे बोलणं कुठे झालं?''

"घरामध्ये.''

"घरामध्ये म्हणजे नक्की कुठे?''

"आरोपीच्या बेडरूममधून जाता येणाऱ्या एका छोट्या खोलीमध्ये. एक प्रकारची स्टडी रूमच – अभ्यासिका म्हणता येईल. बटलर किंवा तशाच कुणीतरी कॉफी, दूध, साखर, सकाळचं वर्तमानपत्र वगैरे गोष्टी आणून दिल्यावर आणि आम्ही कॉफी पीत...''

"आम्ही?''

"बरोबर. बटलरने तीन कप, बशा, कॉफी, दूध, साखर आणि एक मोठा इलेक्ट्रिक पर्कोलेटर आणून ठेवला होता. आम्ही तिघांनीही कॉफी घेतली.''

"मग तुम्ही आरोपीला काय सांगितलं आणि त्यावर तो काय म्हणाला?''

बाल्फोरचा ॲटर्नी मॉर्टिमर डीन हाऊलॅन्ड उभा राहून म्हणाला, "माझा या प्रश्नाला आक्षेप आहे युअर ऑनर. हा प्रश्न कशासाठी विचारला? याला काही आधार नाही.''

जज कॅडवेलनी ओठांवरून जीभ फिरवली, साक्षीदाराकडे बघितले, मग प्रॉसिक्यूटरकडे. –

"आणि साक्षीदाराचं कुठलंही विधान ग्राह्य धरण्यापूर्वी, कुठलाही गोंधळ निर्माण होण्यापूर्वी आणि त्याचं म्हणणं पुरावा म्हणून दाखल करून घेण्यापूर्वी मला त्याची उलटतपासणी करायची संधी मिळायला हवी, असं मला वाटतं.''

"ही त्याचा कबुलीजबाब मिळवण्याची पूर्वतयारी नाही, युअर ऑनर.'' प्रॉसिक्यूटरने उत्तर दिले.

"पण त्याच गोष्टीला तर माझी हरकत आहे.''

जज कॅडवेलनी काळजीपूर्वक विचार केला.

मेसनने तेवढ्यात आपल्या उजवीकडे बसलेल्या तरुणीकडे निरखून बघितले. तो येणार होता, हे तर तिला नक्कीच माहीत होते. कारण तिने त्याच्यासाठी जागा अडवून ठेवली होती. त्याला पैसे पाठवणारी स्त्री हीच असण्याची दाट शक्यता होती.

"केस काय आहे?'' मेसनने कुजबुजत विचारले.

तिने एकदा थंडपणे त्याच्यावर नजर रोखली आणि दुसरीकडे पाहून मान वळवली.

मेसनच्या डाव्या बाजूला बसलेल्या माणसानेच उत्तर दिले, ''हिट ॲन्ड रन – मोटरगाडीची धडक देऊन पळून जाणे. मॅनस्लॉटर – सदोष मनुष्यवध.''

जज कॅडवेल म्हणाले, ''या प्रश्नामागे कुठल्याही तऱ्हेने कबुलीजबाब मिळवण्याचा हेतू नाही, असा प्रॉसिक्यूटरने शब्द दिला असल्याने मी आक्षेप अमान्य करतो आहे. साक्षीदाराने प्रश्नाचं उत्तर द्यावं.''

''तो म्हणाला की, तो त्याचे काका आणि त्यांची बायको यांना स्टेशनवर निरोप द्यायला गेला होता आणि तिथून एका पार्टीला, जिथे त्याने काही ड्रिंक्स घेतली आणि....''

''एक मिनिट युअर ऑनर, एक मिनिट!'' बचाव पक्षाच्या ॲटर्नीने साक्षीदाराच्या बोलण्यात अडथळा आणला. ''मला तर वाटतं की, प्रॉसिक्यूटरने चुकीची समजूत करून दिली असावी. ते कबुलीजबाब किंवा कोणत्यातरी गोष्टीची कबुली मिळवण्याच्याच प्रयत्नात आहेत आणि....''

''मी प्रॉसिक्यूटरला या बाबत विचारणारच आहे.'' जज कॅडवेलच्या आवाजात थोडा राग दिसला.

प्रॉसिक्यूटर उभा राहिला. ''प्लीज, युअर ऑनर. तुम्ही उत्तर ऐकलेत, तर तुमच्या लक्षात येईल की, मी काय करतो आहे.''

''कबुली आहे कशाची?'' जज कॅडवेलनी विचारले.

''नक्कीच युअर ऑनर; पण कबुली आणि कबुलीजबाब या गोष्टी भिन्न आहेत.''

''त्याने खूप दारू घेतली होती, असं कबूल केलं होतं, असं दाखवायचा त्यांचा प्रयत्न चालू आहे.'' बचाव पक्षाच्या ॲटर्नीने तक्रार केली.

''मी साक्षीदाराला त्याचं उत्तर पूर्ण करू देणार आहे.'' जज कॅडवेल म्हणाले. ''बोला तुम्ही.''

''आरोपी म्हणाला की, त्याने पार्टीमध्ये काही ड्रिंक्स घेतली आणि त्याची प्रकृती बिघडली. त्याची समजूत आहे की, निदान एका ड्रिंकमध्ये तरी काहीतरी मिसळलं होतं. त्याची शुद्ध हरपली. जागा झाला तेव्हा तो त्याच्या गाडीमध्ये होता. मधल्या काळात काय घडलं, हे त्याला अजिबात आठवत नाही. आणि....''

''युअर ऑनर, युअर ऑनर!'' आरोपीच्या ॲटर्नीने पुन्हा बोलायला सुरुवात केली. ''अगदी उघड उघड....''

''खाली बसा!'' जज कॅडवेल म्हणाले. ''साक्षीदाराचं बोलणं पुरं होऊ दे. मला वाटतं आहे तसंच उत्तर असेल, तर प्रॉसिक्यूटरला बोलावून मी स्पष्टीकरण मागणारच आहे. कोर्टालाही हे पसंत नाही. कोर्टाला फसविण्याचा प्रयत्न केला जातो आहे, असं कोर्टाचं मत बनायला लागलं आहे.''

''आपण निदान पूर्ण उत्तर ऐका तरी!'' प्रॉसिक्यूटरने पुन्हा कळकळीने विनंती केली.

''मी अगदी तेच करणार आहे.''

''बोला पुढे.'' प्रॉसिक्यूटरने साक्षीदाराला सांगितले.

साक्षीदाराने बोलायला सुरुवात केली. ''तो म्हणाला की, गाडीमध्ये तो क्षणभर शुद्धीवर आला, तेव्हा एक स्त्री गाडी चालवत होती.''

''एक *स्त्री?''* आश्चर्याने जज उद्गारले.

''हो युअर ऑनर.''

''म्हणजे *तो* गाडी चालवत नव्हता?''

''बरोबर युअर ऑनर.'' प्रॉसिक्यूटर म्हणाला. ''आता तरी कोर्टाला माझ्या आधीच्या बोलण्याचं कारण कळलं असेल, असा माझा विश्वास आहे.''

''ठीक आहे.'' म्हणत जज साक्षीदाराकडे वळले. ''पुढे बोला. आरोपी आणखी काय म्हणाला?''

''तो शुद्धीवर आला तेव्हा त्याला आपली प्रकृती बिघडली होती असंही आठवलं. नंतरची त्याची आठवण आहे, ती स्वत:च्या घरी बिछान्यात असल्याची. त्याला खूप तहान लागली होती. सकाळचे चार वाजून पस्तीस मिनिटं झाली होती. तो जागा झाला होता, पण त्याचे डोळे खूप जड झाले होते.''

''गाडी चालवणारी स्त्री कोण होती, हे तुम्ही त्याला विचारलं का?'' प्रॉसिक्यूटरने चौकशी केली.

''विचारलं ना!''

''काय म्हणाला तो?''

''त्याला काही आठवत नाही म्हणाला. त्याला खात्री नव्हती.''

''नक्की काय म्हणाला? आठवत नाही म्हणाला की खात्री वाटत नाही म्हणाला?''

''दोन्ही म्हणाला.''

''त्याला काय विचारलं तुम्ही?''

''त्यानंतर त्याला मी अनेक प्रश्न विचारले, पण त्यांची उत्तरं मिळाली नाहीत. तो मलाच काय झालं विचारत होता. मी त्याला सांगितलं की, आम्ही एका मृत्यूचा तपास करत आहोत. गाडीने धडक देऊन पळून जाण्याचं प्रकरण आहे. त्या प्रकरणात त्याच्या गाडीचा संबंध होता, असा थोडाफार पुरावा सापडला होता. तो म्हणाला की, तसं काही असेल, तर तो त्याच्या ॲटर्नींचा सल्ला घेईपर्यंत काहीही बोलणार नाही.''

''तुम्ही उलट तपासणी करू शकता.'' प्रॉसिक्यूटरने आरोपीच्या ॲटर्नींला सांगितले.

मॉर्टिमर डीन हाऊलॅन्ड हा बाल्फोरचा ॲटर्नी दाणदाण उलटेसुलटे प्रश्न विचारून साक्षीदारांना हैराण करत असे. त्याची तशीच ख्याती होती.

त्याने आपल्या दाट भुवयांखालच्या डोळ्यांनी रोखून साक्षीदाराकडे बघितले. "आरोपीकडून कबुलीजबाब मिळवण्यासाठीच तुम्ही त्याच्या घरी गेला होतात ना?"

"मी तसं काहीच केलं नाही."

"तुम्ही त्या घरी तर गेला होतात ना?"

"नक्कीच."

"आणि आरोपीकडून कबुलीजबाब मिळवायचा प्रयत्नही केलात ना?"

"हो, एका तऱ्हेने तसंच म्हणता येईल."

"म्हणजे तुम्ही त्याच्या घरी गेला होतात आणि आरोपीकडून कबुलीजबाब मिळवायचा प्रयत्न केलाच होता; एका मार्गाने नाही, तर दुसऱ्या."

"मी आरोपीची गाडी बघण्यासाठी गेलो होतो."

"आरोपीची गाडी बघण्यासाठी जायचं तुम्ही *का* ठरवलंत?"

"माझ्या कानावर काहीतरी आलं होतं म्हणून तसं ठरवलं."

वकील क्षणभर थांबला. कायदेशीरपणे भलत्याच दिशेने जाऊ शकणार चौकशीचा दरवाजा स्वतःच उघडून द्यायची त्याला भीती वाटली. त्याने वेगळाच प्रश्न विचारला.

"तुम्ही पहिल्या वेळी आरोपीला बघितलंत, तेव्हा त्याला गाढ झोपेमधून उठवलं होतंत. बरोबर?"

"*मी नाही.* नोकराने उठवलं होतं."

"त्याची प्रकृती बरी नव्हती, हे ठाऊक होतं ना तुम्हाला?"

"त्याची रात्र वाईट गेली असावी, असा तो दिसत होता. त्याने त्याची प्रकृती ठीक नव्हती सांगेपर्यंत तेवढंच वाटलं होतं मला. मला वाटलं की...."

"तुम्हाला काय वाटले ते सांगायची गरज नाही." हाऊलॅन्ड ओरडला.

"मला वाटलं तुम्ही मला तेच विचारता आहात." साक्षीदार शांतपणे म्हणाला.

न्यायालयात हास्याची एक लकेर उमटून गेली.

"माझ्या प्रश्नांकडे नीट लक्ष द्या." हाऊलॅन्ड ओरडला. "आरोपीची प्रकृती ठीक नव्हती, हे तुम्ही सांगू शकत होतात?"

"नुकत्याच उमललेल्या डेझीच्या फुलासारखा तो टवटवीत दिसत नव्हता. जबरदस्त हँगओव्हर असलेल्या माणसासारखा दिसत होता."

"माझा प्रश्न तो नव्हता. मी विचारलं की, त्याची प्रकृती ठीक नव्हती, असं तुम्ही सांगू शकत होतात का?"

"तो उत्साहात आणि आनंदात नव्हता."

"बस, विनोद नकोत. इथे एका माणसाच्या स्वातंत्र्याचा प्रश्न आहे. फक्त सरळ

उत्तर द्या. तो नेहमीसारखा दिसत नव्हता हे तुम्हाला माहीत होतं?''

''माहीत नाही. तो नेहमी कसा दिसत असे, ते मला ठाऊक नव्हतं.''

''त्याला झोपेमधून उठवलं होतं, हे तरी तुम्हाला ठाऊक होतं ना?''

''तसं मी गृहीत धरलं होतं.''

''तो ठीक दिसत नव्हता हे तुम्हाला ठाऊक होतं?''

''बरोबर.''

''म्हणजे कसा दिसत होता तो?''

''भयंकर खराब. हँगओव्हर असलेल्या माणसासारखा दिसत होता.''

''अशी हँगओव्हर असलेली माणसं तुम्ही बघितली आहेत?''

''अनेक.''

''तुम्हाला स्वत:ला कधी हँगओव्हर आला होता?''

''या प्रश्नाला माझी हरकत आहे युअर ऑनर'' प्रॉसिक्यूटर म्हणाला.

''तर मग आरोपीला हँगओव्हर होता, हे साक्षीदाराचं उत्तरही नोंदीमधून काढून टाकावं, अशी माझी विनंती आहे,'' हाऊलॅन्ड म्हणाला. ''कारण तो साक्षीदाराचा निष्कर्ष आहे; केवळ एक मत, असं मी म्हणेन. हे मत देण्याएवढी त्याची पात्रता नाही.''

''मी माझा आक्षेप मागे घेतो.'' प्रॉसिक्यूटरने सांगितले.

''तर मग तुम्हाला स्वत:ला कधी हँगओव्हर आला होता?''

''नाही.''

''*कधीच* नाही?''

''नाही.''

''तुम्ही दारू पीत नाही?''

''मी अजिबात दारू पीत नाही, असं नाही. मधून-मधून मी एखादं ड्रिंक घेतो, पण मला दारू चढल्याचं कधी आठवत नाही. दुसऱ्या दिवशी सकाळी हँगओव्हर असल्याचंही आठवत नाही.''

''मग हँगओव्हर असलेला माणूस कसा दिसतो, हे तुम्हाला कसं माहीत आहे?''

''कारण मी तशी माणसं बघितलेली आहेत.''

''हँगओव्हर म्हणजे काय?''

''खूप दारू ढोसली की, नंतर घडणारा परिणाम. मी असं म्हणेन की, सगळा मद्यार्क तुमच्या शरीरामधून जोपर्यंत बाहेर पडत नाही, तोपर्यंत तुमच्यावर राहणारा त्याचा अंमल.''

''तुम्ही डॉक्टरसारखंच बोलायला लागलात की!''

''तुम्हीच मला हँगओव्हरची व्याख्या करायला सांगितलीत.''

वाद घालायचा कंटाळा आल्याप्रमाणे हात वर करून हाऊलॅन्डने सांगितले की, त्याची उलटतपासणी संपली आहे आणि त्याने साक्षीदाराकडे पाठ फिरवली.

साक्षीदार आपली जागा सोडून निघाला.

"एक क्षण थांबा!" एकाएकी वळून आपले बोट साक्षीदाराकडे रोखून हाऊलॅन्ड म्हणाला, "आणखी एक प्रश्न. त्याची शुद्ध किती वाजता हरपली असं आरोपीने तुम्हाला सांगितलं होतं?"

"साधारण दहा वाजता, असं *तो म्हणाला होता.*"

"साधारण दहा वाजता, असं म्हणाला होता का तो?"

"हो सर."

"हे आधी सांगितलं नाही तुम्ही आम्हाला?"

"मला विचारलं नव्हतं."

"आरोपीने तुम्हाला काय सांगितलं होतं, असं विचारलं होतं. होतं ना?"

"हो."

"मग साधारण दहा वाजता त्याची शुद्ध हरपली होती, असं त्याने सांगितलं असताना तेवढीच गोष्ट का लपवून ठेवली?"

"मी... खरंतर या गोष्टीला मी खूप महत्त्व दिलं नाही."

"का?"

"माझा विश्वास बसला नव्हता."

"कोणतीतरी स्त्री त्याची गाडी चालवत होती या गोष्टीवर विश्वास बसला होता?"

"नाही."

"पण त्याचं तेवढं बोलणं लक्षात राहिलं तुमच्या!"

"अं... हो. ती वेगळी बाब होती.

"कशी काय?"

"ती एक कबुली होती."

"आरोपीचं हित न जपणारी कबुली. बरोबर?"

"हो."

"ओ! म्हणजे तुम्ही तिथे जाताना ठरवूनच गेला होतात की, त्याने दिलेली प्रत्येक कबुली लक्षात ठेवायची, पण त्याचे हितसंबंध जपणारी कोणती गोष्ट तो बोलला, तर ती विसरून जायची. असंच ना?"

"मी विसरलो नव्हतो. ते सांगण्याची वेळ येईल, असा विशिष्ट प्रश्न मला विचारला गेला नव्हता एवढंच."

"गाडीची धडक देऊन पळून जाण्याच्या घटनेची चौकशी करण्यासाठी तुम्हाला किती वाजता बोलावलं होतं?"

"मध्यरात्री साधारण दोन वाजता."

"मृतदेह हायवेवरच पडलेला होता?"

"हो सर."

"किती वेळ पडला होता तो तिथे?"

"मला स्वत:ला तशी माहिती नाही."

"पोलिसांना कधी कळवलं गेलं ते माहीत आहे तुम्हाला?"

"हो."

"किती वाजता?"

"आम्ही तिथे पोहोचायच्या आधी पंधरा मिनिटं."

"त्या हायवेवर रहदारी असते ना?"

"चांगला रस्ता आहे. थोडी रहदारी चालू होती."

"अशा रहदारीच्या हायवेवर दहापंधरा मिनिटांहून जास्ती वेळ मृतदेह पडून राहणार नाही. कुणीतरी तेवढ्या वेळात पोलिसांना कळवणारच."

"मला माहीत नाही."

"पण हायवे रहदारीचा आहे?"

"हो."

"आणि आरोपीला दहाच्या सुमाराला घरी नेण्यात आलं?"

"असं तो म्हणाला."

"आणि त्याची प्रकृतीही ठीक नव्हती?"

"असं तो म्हणाला."

"आणि तो बिछान्यावर पडला?"

"असं तो म्हणाला."

वकील क्षणभर घुटमळला. "आणि त्याला झोप लागली?"

"तो तसं म्हणाला नाही. तो म्हणाला सकाळी चार वाजता तो जागा झाला."

"मधल्या काळात काय घडलं याची त्याला जाणीवच नव्हती, असं तो म्हणाला नाही?"

"तो म्हणाला, त्याला काही आठवत नाही."

"त्याने सांगितलं ना की, त्याला कळलेली *पुढली* गोष्ट म्हणजे तो बिछान्यात होता?"

"त्याने सांगितलं की, त्याला आठवणारी पुढली गोष्ट म्हणजे तो बिछान्यात होता आणि सकाळचे साडेचार वाजले होते."

"पण आरोपीने सांगितलेल्या काही गोष्टी तुम्हाला आठवत नाहीत – नेमक्या त्याच्या हिताच्या असणाऱ्या गोष्टीच."

"मी सांगितलं तुम्हाला की, मला आठवत होत्या."

"पण आम्हाला सांगायचं टाळलंत."

"ठीक आहे. तुम्हाला तसं म्हणायचं असेल, तर तसंच समजा."

"ठीक आहे. मला आणखी काही प्रश्न विचारायचे नाहीत. तुमचा पक्षपातीपणा इतका उघड उघड कळतो आहे की, आणखी काही प्रश्न विचारण्यात मला अर्थ दिसत नाही."

साक्षीदाराने रागाने त्याच्याकडे बघितलं आणि तो निघाला.

"फेरतपासणी नाही." प्रॉसिक्यूटरने सांगितलं. "आमचा पुढला साक्षीदार आहे मिर्टल ॲन हेले."

पेरीपासून दोन खुर्च्या पलीकडे बसलेली लाल केसांची स्त्री उठली आणि साक्षीदाराच्या पिंजऱ्याच्या दिशेने निघाली. नंतर उजवा हात उंचावून तिने शपथ घेतली.

मेसनने शेजारी बसलेल्या तरुणीकडे हळूच एक नजर टाकली.

ती हनुवटी वर करून समोर बघत होती. आगाऊपणे वागून तिच्याशी उगीचच लगट करू बघणाऱ्याकडे तुच्छतेने दुर्लक्ष करावे असा तिचा अविर्भाव होता.

३

मिर्टल ॲन हेलेने शपथ घेतली, कोर्ट रिपोर्टरला आपले नाव आणि पत्ता सांगितला. आपल्या साक्षीवरच निर्णय अवलंबून आहे, अशा खात्रीने नीट सावरून खुर्चीत बसली.

प्रॉसिक्यूटर म्हणाला, "मी आपलं लक्ष या नकाशाकडे वेधतो. या आधीच नकाशाची ओळख पटवून घेऊन सरकारी पक्षाने तो एक्झिबिट-ए म्हणून पुराव्यादाखल सादर केलेला आहे."

"हो सर."

"हा नकाशा लक्षात येतो आहे? त्यामध्ये दाखविलेला भाग ओळखीचा आहे?"

"हो सर."

"चेस्टनट स्ट्रीट आणि हायवे यांच्यामधल्या सिकॅमोर रोडचा भाग बघा. लक्षात येतो आहे?"

"हो सर."

"त्या रस्त्यावरून कधी गाडी चालवली आहे?"

"अनेकदा."

"आपण कुठे राहता?"

"हायवे पलीकडे. सिकॅमोर रोडवर."

"या नकाशावर दाखवता येईल? नकाशावर फक्त एक छोटी फुली मारून तिच्याभोवती वर्तुळ काढा."

साक्षीदाराने तशी फुली मारली, भोवती वर्तुळ काढले.

"या वर्षीच्या सप्टेंबरमधली एकोणीस आणि वीस तारखेच्या मधली रात्र आठवा. त्या वेळी या हायवेवरून गाडी चालवायची वेळ आली होती?"

"वीस तारखेला सकाळी – मध्यरात्री. हो सर."

"किती वाजता?"

"साडेबारा ते दीडच्या दरम्यान."

"मध्यरात्री?"

"हो सर."

"कुठल्या दिशेने तुम्ही गाडी चालवत होतात?"

"सिकॅमोर रोडवरून पश्चिमेला. पूर्वेकडून मी चेस्टनट स्ट्रीटवर येत होते."

"त्या वेळी नेहमीपेक्षा वेगळी अशी कुठली गोष्ट ध्यानात आली?"

"हो सर. माझ्या पुढली गाडी कशीही वाकडीतिकडी चालवली जात होती."

"त्याबद्दल जास्ती काही सांगता येईल?"

"ती वेडीवाकडी वळत होती. मध्येच वळून रस्त्याच्या मध्यावर आखलेली रेषा पार करून डावीकडे जात होती. मग तीच रेषा ओलांडून पार उजवीकडे. कधीकधी तर हायवे सोडून उजव्या बाजूला बाहेर जात होती."

"ती गाडी तुम्हाला ओळखता येईल?"

"हो. मी तिचा लायसन्स नंबर लिहून ठेवला आहे."

"नंतर काय झालं?"

"मी त्या गाडीमागोमाग माझी गाडी चालवत होते. हायवेपर्यंतचं साधारण चार पंचमांश अंतर पार केल्यावर रस्ता मध्येच खूप रुंद आहे. त्या ठिकाणी मी पुढे सटकले."

"तुम्ही म्हणता की तुम्ही पुढे सटकलात?"

"संधी मिळताक्षणी मी जोरात गाडी पुढे काढली. मला ती गाडी माझ्या गाडीवर येऊन आदळायला नको होती."

"वेड्यावाकड्या चालणाऱ्या गाडीच्या पुढे त्यांनी आपली गाडी का काढली, याचा उल्लेख नोंदीमधून गाळून टाकावा अशी माझी विनंती आहे." हाऊलॅन्डने सांगितले.

"तसं करण्यात यावं." जज कॅडवेलने आज्ञा दिली.

"त्या गाडीच्या पुढे आपली गाडी काढल्यावर तुम्ही काय केलंत?"

"घरी जाऊन झोपले."

"माझ्या म्हणण्याचा अर्थ आहे की, गाडी पुढे नेल्याबरोबर ताबडतोब तुम्ही काय केलंत? काही केलं होतं का?"

"मागची रहदारी दाखवणाऱ्या आरशाकडे – रिअरव्हयू मिररकडे बघितलं."

"आणि आरशामध्ये काय दिसलं तुम्हाला?"

"मागची गाडी प्रथम डावीकडे आणि नंतर पुन्हा उजवीकडे वळताना मी बघितली. एकाएकी त्या गाडीच्या हेडलाइट्ससमोरून कुठलीतरी काळी वस्तू गेल्यासारखी वाटली. क्षणभर उजव्या बाजूचा हेडलाइट गेल्याचा भास झाला."

"तुम्ही म्हणताय हेडलाइट *गेल्यासारखा वाटला?*"

"त्यानंतर तो पुन्हा आला."

"आणि ते सर्व सिकॅमोर रोडवर, चेस्टनट स्ट्रीट आणि स्टेट हायवेच्या मधल्या कुठल्यातरी भागात घडलं?"

"हो सर."

"त्याच ठिकाणी हेडलाइट जाऊन पुन्हा लागल्यासारखा वाटला?"

"हो सर."

"तुम्ही मागची रहदारी दाखवणाऱ्या आरशात बघत असतानाच्या वेळात?"

"हो सर."

"हेडलाइट गेल्यासारखा का वाटला, ते तुम्हाला माहीत आहे?"

"त्या वेळेला माहीत नव्हतं. आता माहीत आहे."

"काय कारण आहे?"

"आक्षेप! हे साक्षीदाराचा निष्कर्ष विचारण्यासारखं आहे." हाऊलॅन्ड म्हणाला.

जज कॅडवेलने आक्षेप मान्य केला. "साक्षीदाराने काय बघितलं तेवढंच सांगावं."

"पण युअर ऑनर," प्रॉसिक्यूटरने बोलायला सुरुवात केली, "तिने जे बघितलं त्याचा अर्थ सांगायचा साक्षीदाराला हक्क आहे."

जज कॅडवेलने नकारार्थी मान हलवली. "साक्षीदाराने जे बघितलं असेल, तेवढंच ती सांगेल."

प्रॉसिक्यूटर क्षणभर थांबला. "ठीक आहे. उलटतपासणी करायला हरकत नाही." तो आरोपीच्या वकिलाला म्हणाला.

"गाडीचा लायसन्स नंबर तुम्ही लिहून घेतला आहे?" हाऊलॅन्डने विचारले.

"बरोबर."

"एका वहीमध्ये?"

"हो."

"वही कुठे मिळाली तुम्हाला?"

"माझ्या पर्समध्ये."

“तुम्हीच गाडी चालवत होतात?”

“हो.”

“दुसरं कोणी तुमच्याबरोबर होतं?”

“नाही.”

“तुम्ही आपल्या पर्समधून वही काढलीत?”

“हो.”

“आणि पेन्सिलही?”

“पेन्सिल नाही, फाऊन्टन पेन.”

“आणि लायसन्स नंबर लिहिलात?”

“हो.”

“आणि काय होता लायसन्स नंबर?”

“जी. एम. बी. ६६५.”

“ती वही आत्ता तुमच्याकडे आहे?”

“हो सर.”

“मला ती बघायला आवडेल. प्लीज.”

प्रॉसिक्यूटर ज्यूरीकडे बघून हसला. “आमचा काहीच विरोध नाही. तुम्हाला तिची तपासणी करू देण्यात आम्हाला आनंदच आहे.”

हाऊलॅन्ड चालत साक्षीदाराजवळ पोहोचला. तिने दिलेली वही त्याने घेतली. पाने उलटून बघितली आणि म्हणाला, “या वहीत बऱ्याच गोष्टी लिहिलेल्या दिसतात. वेगवेगळ्या विषयांवरच्या छोट्या नोंदी दिसतात.”

“लिहिण्यासारखी कुठलीही गोष्ट मी डोक्यात ठेवत नाही.”

“आता हा नंबर, जी.एम.बी. ६६५, ही वहीमधली शेवटची नोंद आहे.”

“बरोबर.”

“ही नोंद वीस सप्टेंबरला केलीत?”

“वीस सप्टेंबरला मध्यरात्री साधारण साडेबारा ते दीडच्या दरम्यान.” साक्षीदाराने खात्रीपूर्वक सांगितले.

“त्यानंतर कुठलीच नोंद का केलेली नाही?”

“अपघाताबद्दल वाचल्यानंतर मी पोलिसांना सांगितलं. त्यांनी वही घेतली. ती परत करताना सांगितलं की, वही नीट जपून ठेवा कारण तो पुरावा ठरू शकतो.”

“आलं लक्षात!” हाऊलॅन्ड फारच सभ्यपणे उद्गारला. “आणि वही पोलिसांकडे किती काळ होती?”

“त्यांच्याकडे ती वही... नक्की आठवत नाही... पण बराच काळ होती.”

“आणि ती तुम्हाला परत कधी मिळाली?”

"पोलिसांनंतर ती डिस्ट्रिक्ट ॲटर्नींकडे होती."

"ओ! पोलिसांनी ती डिस्ट्रिक्ट ॲटर्नीला दिली होती तर!"

"माहीत नाही, पण प्रॉसिक्यूटरनी ती मला परत दिली."

"कधी?"

"आज सकाळी."

"आज सकाळी?" हाऊलॅन्डच्या आवाजात आश्चर्य होते, संशयही होता. "आणि आज सकाळीच प्रॉसिक्यूटरनी ती तुम्हाला का परत दिली?"

"म्हणजे साक्ष देताना ती माझ्याजवळ असेल."

"ओ! म्हणजे मग तुम्हाला सांगता येईल की, वही तुमच्याजवळ आहे म्हणून?"

"माहीत नाही, पण तसंच असेल."

"लायसन्स नंबर तुमच्या लक्षात होता?"

"नक्कीच लक्षात होता. मी तुम्हाला सांगितला तोच. जी. एम. बी. ६६५."

"या आधी तो तुम्ही कधी बघितला होतात?"

"आज सकाळी."

"सकाळी किती वाजता?"

"आज सकाळी नऊच्या सुमाराला."

"आणि सकाळी नऊच्या सुमाराला तुम्ही किती वेळ त्या नंबरकडे बघत होतात?"

"मी... माहीत नाही. त्याने काही फरक पडतो का ते मला माहीत नाही."

"तुम्ही अर्धा तास तो नंबर बघत होतात?"

"नक्कीच नाही."

"पंधरा मिनिटं?"

"नाही."

"दहा मिनिटं?"

"तेवढा वेळ असू शकेल."

"दुसऱ्या शब्दांत सांगायचं, तर आज सकाळी तुम्ही तो नंबर पाठ करत होतात. बरोबर?"

"तसं असेल, तरी त्यात चूक काय आहे?"

"तो तोच नंबर आहे याची खात्री आहे तुम्हाला?"

"कारण ते हस्ताक्षर माझं आहे. मीच लिहिलेला नंबर आहे तो."

"लिहीत असताना तुम्हाला पुढल्या गाडीचा लायसन्स नंबर दिसू शकत होता?"

"नक्कीच."

"लिहीत असताना सर्व काळ?"

"हो."

"म्हणजे तुम्ही लायसन्स नंबरकडे बघितलं, गाडी थांबवली, वही बाहेर काढली आणि...."

"नाही! मी सांगितलं होतं तसंच घडलं होतं. गाडी चालवत असतानाच मी माझी वही काढून नंबर लिहिला."

"तुम्ही उजव्या हाताने लिहिता ना?"

"हो."

"तुमचा एक हात गाडीच्या चाकावर होता?"

"माझा डावा हात."

"आणि तुम्ही उजव्या हाताने लिहीत होता?"

"हो."

"तुमच्याकडे फाऊन्टन पेन आहे का बॉल पेन?"

"साधं फाऊन्टन पेन."

"वरतून टोपण फिरवायचं?"

"हो."

"एका हातानेच तुम्ही ते फिरवलंत?"

"हो."

"एका हाताने तुम्ही ते करू शकता?"

"अर्थातच! शेवटच्या दोन बोटांमध्ये पेनचा खालचा भाग पकडायचा आणि अंगठा आणि तर्जनीने टोपण फिरवायचं."

"नंतर काय केलं तुम्ही?"

"वही मांडीवर ठेवली, नंबर वहीत लिहिला. पेनचं टोपण परत लावलं आणि वही आणि पेन पर्समध्ये ठेवलं."

"नंबर लिहीत असताना तुम्ही त्या गाडीपासून किती दूर होता?"

"खूप दूर नाही."

"तुम्हाला तो नंबर सारखा समोर दिसत होता?"

"हो."

"अगदी स्पष्ट?"

"हो."

"तुम्ही अंधारामध्येच नंबर लिहिलात का?"

"नाही."

"बरोबर. तसं वाटतही नाही. तो नीट लिहिलेला आहे. लिहीत असताना कुठलातरी प्रकाश असणार."

"होता. मी काय लिहिते आहे कळण्यासाठी डोम लाइट लावला होता."

"प्रॉसिक्यूटरनी सकाळी वही *दिल्यानंतर* तुम्हाला जर तो नंबर पाठ करावा लागला असेल, तर वही *देण्यापूर्वी* तो नंबर तुम्हाला ठाऊक नसणार. बरोबर आहे ना मी म्हणतो ते?'' हाऊलॅन्डने विचारले.

"अं... कोणत्याही माणसाकडून एखादा नंबर इतका काळ लक्षात ठेवला जाण्याची अपेक्षा कोणी करू शकत नाही."

"तर आज सकाळी तुम्हाला तो नंबर माहीत नव्हता."

"वही बघितल्यावर माहीत होता."

"पण त्या आधी नाही?"

"नाही."

हाऊलॅन्ड क्षणभर विचारात पडला. "तो नंबर लिहिल्यानंतर तुम्ही गाडी घेऊन घरी गेलात?"

"हो."

"तुम्ही पोलिसांना फोन केला होता?"

"केला होता. सांगितलं मी तुम्हाला तसं."

"कधी फोन केला होता?"

"नंतर."

"वर्तमानपत्रात अपघाताबद्दल वाचल्यानंतर?"

"हो."

"म्हणजे रस्त्यात प्रेत सापडलं हे कळल्यानंतर?"

"हो."

"त्या आधी तुम्ही पोलिसांना कळवलं नव्हतं?"

"नाही."

"तुम्ही हा लायसन्स नंबर कशासाठी लिहून ठेवला होतात?"

तिच्या डोळ्यात विजयाची चमक दिसली. "त्या गाडीमधला माणूस इतकी दारू प्यायला होता की, त्याने गाडी चालवायलाच नको होती, हे मला कळत होतं."

"लायसन्स नंबर लिहिताना तुम्हाला ते कळत होतं?"

"हो."

"मग कशासाठी तुम्ही तो लिहिलात?"

"तो काय होता हे माझ्या लक्षात राहावं म्हणून."

"म्हणजे त्या ड्रायव्हरविरुद्ध साक्ष देता यावी म्हणून?"

"एक नागरिक म्हणून मला माझं कर्तव्य पार पाडता यावं यासाठी."

"म्हणजे पोलिसांना कळवता यावं म्हणून?"

"तो लायसन्स नंबर लिहून ठेवणं मला माझं कर्तव्य वाटलं. तो ड्रायव्हर नंतर कुठल्या भानगडीत अडकला, तर...."

"ओ! म्हणजे साक्ष देता यावी म्हणून?"

"मला पोलिसांना सांगता यावं म्हणून."

"पण रस्त्यात एक प्रेत सापडलं आहे, असं वर्तमानपत्रात वाचेपर्यंत तुम्ही पोलिसांना काही *कळवलं नव्हतं?*"

"बरोबर."

"उजव्या बाजूचा हेडलाइट रहस्यमयपणे क्षणभर गेल्यासारखा भास झालेला असतानाही तुम्ही पोलिसांना कळवलं नाहीत?"

"नाही."

"पोलिसांना कळवण्यासारखं काही कारण आहे असं तुम्हाला वाटलं नाही?"

"रस्त्यात पडलेल्या प्रेताबद्दल वर्तमानपत्रात वाचेपर्यंत नाही."

"अपघात झाला आहे, असं घरी पोहोचल्यावरही तुम्हाला वाटलंच नाही?"

"काहीतरी घडलं आहे, असं मला वाटत होतं. तो हेडलाइट न दिसण्याचं काय कारण असावं, याचा विचार माझ्या मनात येत होता."

"पण अपघात झाला आहे असं तुम्हाला वाटलं नाही?"

"काहीतरी घडलं असावं असं मला वाटत होतं."

"अपघात झाला होता, असं तुम्हाला वाटलं होतं की नाही?"

"अपघात झाला असणार, हे माझ्या लक्षात आलं होतं."

"आणि हे कधी लक्षात आलं?"

"घरी गेल्या गेल्या."

"आणि अपघात झालाच, तर पोलिसांना सांगता यावं म्हणून तुम्ही तो नंबर टिपून ठेवला होतात?"

"ते माझं कर्तव्य आहे, असं मला वाटलं म्हणून मी तो लिहून ठेवला होता... हो."

"मग तुम्ही पोलिसांना का फोन केला नाहीत?"

"मला वाटतं हा प्रश्न पुन्हा पुन्हा विचारला गेला आहे आणि पुन्हा पुन्हा त्याचं उत्तर दिलं गेलं आहे युअर ऑनर." प्रॉसिक्यूटर म्हणाला. "आरोपीच्या वकिलाची उलटतपासणी आवरती घ्यायची मला मुळीच आवड नाही, पण एकाच तऱ्हेने या प्रश्नाची पुन्हा पुन्हा फार पुनरावृत्ती होते आहे."

"मलाही तसंच वाटतं." जज कॅडवेल म्हणाले.

"युअर ऑनर, त्यांचं बोलणं आणि वागणं, त्या देत असलेली कारणं आणि वागणं यात काही ताळमेळ नाही."

"ज्यूरीसमोर चर्चा करायची पूर्ण संधी तुम्हाला मिळणारच आहे. या उलटतपासणीमधून तुम्हाला जे सिद्ध करायचं होतं, तेही तुम्ही सिद्ध केलं आहे." जज कॅडवेल हाऊलॅन्डला म्हणाले.

हाऊलॅन्डने खांदे उडवले, सगळ्या साक्षीलाच काही अर्थ नव्हता अशा तऱ्हेने हात झटकले आणि उलटतपासणी संपल्याचे सांगितले.

"तुम्ही जाऊ शकता मिसेस हेले." प्रॉसिक्यूटने सांगितले.

मिसेस हेले आईलमधून चालत जाऊन आपल्या जागेवर बसली.

पेरी मेसनशेजारी बसलेल्या तरुण स्त्रीकडे वळून ती कुजबुजली, "मी ठीक बोलले ना?"

त्या तरुण स्त्रीने मान डोलावली.

जज कॅडवेलने घड्याळाकडे बघत दुपारी दोन वाजेपर्यंत सुट्टी जाहीर केली.

४

दुपारच्या सत्रात सरकारी पक्षाने अर्धवट राहिलेल्या गोष्टी पुऱ्या केल्या आणि काही तज्ज्ञांच्या साक्षी घेतल्या. साडेतीन वाजता त्यांची केस तयार होती.

प्रॉसिक्यूटरने थोडक्यात आपली केस मांडली, आरोपीला अपराधी ठरवावे असे सांगितले आणि तो खाली बसला.

मॉर्टिमर डीन हाऊलॅन्ड जुन्या पठडीतला फौजदारी वकील होता. त्याने मिर्टल ॲन हेलेच्या साक्षीचा पूर्ण परामर्श घेतला आणि ती पार उडवून लावायचा प्रयत्न केला. *रस्त्याकडे न बघता गाडी चालवू शकणारी, अमानवी – सायकिक – शक्ती असणारी ड्रायव्हर* अशी तिची संभावना केली.

"ही स्त्री कशी गाडी चालवत होती ते बघा." तो म्हणाला "पहिल्यांदा ती रस्त्याकडे न बघता गाडी चालवत होती, कारण ती आपल्या पर्समधून वही आणि फाऊन्टन पेन काढत होती. मग वही उघडून फाऊन्टन पेनने त्यावर लायसन्स नंबर लिहीत होती.

"आणि सभ्य स्त्री-पुरुष हो, तिने तो लायसन्स नंबर कुठे लिहिला आहे तो बघा. तिने वही उघडून समोर आलेल्या पानावर तो खरडला नव्हता. तिने काळजीपूर्वक शेवटची नोंद असलेलं पान शोधून नीटनेटकेपणाने त्या गाडीचा लायसन्स नंबर लिहिला.

"पुराव्यादाखल दिलेली ही वही बघा." हाऊलॅन्डने जाऊन वही उचलली, "कशा पद्धतीने नंबर लिहिला आहे बघा. रस्त्यावर लक्ष ठेवून गाडी चालवत

असताना इतक्या व्यवस्थितपणे तुम्हाला तरी तो नंबर लिहिता आला असता? अशक्य! आंधळेपणाने गाडी चालविण्याचा उत्कृष्ट नमुना पेश करणाऱ्या या मिर्टल ॲन हेलेलासुद्धा तो तसा लिहिता आला नसता. त्यांनी वहीकडे बघत तो नंबर लिहिला आहे. रस्त्याकडे बघत नाही.

"तुम्हाला आठवत असेल की, उलटतपासणी करताना मी त्यांना विचारलं होतं की, लिहिण्यासाठी पुरेसा प्रकाश होता का म्हणून. आणि त्यावर त्यांनी काय उत्तर दिलं होतं आठवतं? त्या म्हणाल्या की, चांगला प्रकाश पडावा म्हणून त्यांनी गाडीमधला डोमलाइट लावला होता.

"त्यांना खूप प्रकाशाची गरज का होती? कारण त्या काय लिहीत होत्या यावरच त्यांचं लक्ष होतं. त्यांची गाडी कुठे जात होती याकडे नव्हतं.

"त्यांचं लक्ष रस्त्यावर असतं, तर त्यांना गाडीमध्ये प्रकाशाची गरज भासली नसती. खरंतर प्रकाशामुळे दूरवरचा रस्ता बघण्यात अडथळाच आला असता. सभ्य स्त्री-पुरुषहो, त्यांना प्रकाशाची गरज होती कारण वहीकडे बघत नंबर लिहीत असतानाच त्या गाडी चालवत होत्या.

"एवढंच नाही, तर पुढल्या गाडीपेक्षा जास्त वेगाने त्या गाडी चालवत होत्या. कारण त्यांनीच कबूल केलं आहे की, एका ठिकाणी *त्या गाडीच्या पुढे सटकल्या. पण* त्यांची नजर रस्त्यावर नव्हतीच. रस्त्याच्या त्या भागात एका दुर्दैवी माणसाला एका गाडीने उडवलं, हे मान्य करण्याची माझी तयारी आहे; पण त्याला कुणी उडवलं असण्याची जास्ती शक्यता आहे? पुढल्या गाडीच्या ड्रायव्हरने का 'रस्त्याकडे न बघता वहीकडे बघत वेगाने गाडी चालवत होते' असं शपथ घेऊन सांगणाऱ्या स्त्रीने?

"आणि ज्या गाडीचा लायसन्स नंबर मिर्टल ॲन हेले यांनी इतक्या काळजीपूर्वक टिपून ठेवला होता, ती गाडी कोण चालवत होतं? सरकारी पक्षाने लायसन्स नंबरबद्दल सगळी चौकशी केली, *पण ती गाडी कोण चालवत होतं याबद्दल कधीही विचारलं नाही.* एखादा *पुरुष* गाडी चालवत होता का असंही विचारलं नाही. विचारलं असतं, तर एक स्त्री गाडी चालवत होती असंही त्या म्हणाल्या असत्या."

"युअर ऑनर," प्रॉसिक्यूटर म्हणाले, "मला मध्ये बोलायला आवडत नाही, पण आरोपीच्या वकिलाला जर वाटत असेल की, या मुद्याकडे आम्ही नीट लक्ष दिलं नव्हतं, तर आम्हाला या वेळी ही केस पुन्हा नव्याने सुरू करायची परवानगी मिळावी, म्हणजे मिर्टल ॲन हेलेला आम्हाला आणखी काही प्रश्न विचारता येतील."

"तुमचा काही विरोध आहे?" जज कॅडवेलने हाऊलॅन्डला विचारले.

"आहे युअर ऑनर. आरोपीच्या वकिलाचं बोलणं थांबवून नवीन साक्षीपुरावे मांडण्याची ही जुनीच युक्ती आहे. ज्यूरींचं लक्ष विचलीत करून सुरळीत चालू असलेल्या ट्रायलच्या कामकाजात अडथळा आणण्याचा एक प्रयत्न."

"विनंती अमान्य करण्यात येते आहे." जज कॅडवेलने निर्णय दिला.

हाऊलॅन्डने ज्यूरीकडे वळून दोन्ही हात पसरले आणि तो हसला, "या केसमध्ये कशाकशाला तोंड द्यावं लागतं आहे ते बघितलं ना? आणखी काही बोलायची गरज आहे, असं मला वाटत नाही. मी अगदी निश्चिन्तपणे या केसचा निर्णय तुमच्यावर सोपवतो. मला खात्री आहे की, प्रामाणिकपणे कर्तव्यपालन करण्याची जी शपथ तुम्ही घेतली आहे तिला अनुसरून, सदसद्विवेकबुद्धीला स्मरून **आरोपी निरपराधी आहे** हाच निर्णय आपण द्याल."

हाऊलॅन्ड आपल्या जागेवर जाऊन बसला.

प्रॉसिक्यूटरने समारोपाचे भाषण केले, जजने आपल्या सूचना ज्यूरीला वाचून दाखवल्या आणि ज्यूरीचे सदस्य विचारविनिमयासाठी निघून गेले.

कोर्टाने सुटी जाहीर केल्यावर इतर प्रेक्षकांबरोबर पेरी मेसनही उठला, पण मॉर्टिमर डीन हाऊलॅन्ड गर्दीतून वाट काढत मेसनजवळ पोहोचला. "अलभ्य लाभ काऊन्सेलर. तू इथे कसा काय?"

"केस कशी चालवायची, याच्या काही टिप्स मिळतात का बघत होतो."

हाऊलॅन्डचे ओठच फक्त हसले. त्याची गंभीर आणि शोधक नजर पेरी मेसनच्या चेहऱ्यावर खिळली होती.

"तुला कुठल्या टिप्सची गरज नाही काऊन्सेलर. सकाळी गर्दीमध्ये तू दिसला होतास असं वाटलं होतं मला. मग माझी खात्री पटली की, दुपारच्या सत्रातही तू इथे हजर होतास म्हणून. तुला या केसबद्दल कुतूहल कशासाठी वाटतं आहे?"

"वेगळंच प्रकरण आहे."

"व्यावसायिक हितसंबंध?"

"अर्थातच," मेसन सहजपणे म्हणाला. "पण मी दोन्ही पक्षांना ओळखत नाही. मेला तो माणूस कोण होता?"

"त्याची ओळख पटलेलीच नाही." हाऊलॅन्ड म्हणाला. "त्याच्या बोटांचे ठसे एफ. बी. आय.ला पाठवले होते. त्यांच्याकडे फाइल नाही. बहुधा कुणी भटका माणूस असावा. डोकं इतक्या जोराने आदळलं होतं की, कवटी अंड्यासारखी फुटली आणि नंतर गाडीची दोन्ही चाकं त्याच्या डोक्यावरून गेली. चेहरा ओळखता येण्यासारखा राहिला नव्हता."

"कपडे?"

"चांगल्या प्रतीचे, पण लेबल्स काळजीपूर्वक काढून टाकलेली. म्हणूनच

आम्हाला वाटलं की, काही गुन्हेगारीची पार्श्वभूमी असेल म्हणून; पण आधीच सांगितल्याप्रमाणे बोटांचे ठसे रेकॉर्डवर नाहीत.''

''वहीमध्ये शेवटच्या नोंदी असलेल्या पानावर आधी असलेल्या नोंदींनंतर ताबडतोब हा लायसन्स नंबर लिहिला होता का?'' मेसनने विचारले.

मेसनच्या खांद्यावर बंधुभावाने हात ठेवत हाऊलॅन्ड म्हणाला, ''ये, तूच बघ ना! बघ आणि तूच मला सांग तुला काय वाटतं ते.''

हाऊलॅन्डने मेसनला क्लार्कच्या टेबलाकडे नेले आणि तो क्लार्कला म्हणाला, ''आम्हाला तो पुरावा बघायचा आहे... ती वही.''

क्लार्कने वही त्याच्या हातात ठेवली.

पानाच्या शेवटी व्यवस्थितपणे लिहिलेले आकडे त्याने बघितले.

''जीव वाचवायचा असता, तरी प्रकाश असल्याशिवाय तसं लिहिता आलं नसतं.''

''आणि लिहीत असताना ती स्त्री रस्त्याकडे बघत नव्हती.'' हाऊलॅन्ड म्हणाला.

''*तिच्या* गाडीचा उजवा हेडलाइट फुटला नव्हता, हे तुला माहीत आहे, असं गृहीत धरतो मी'' मेसन म्हणाला.

''आम्हाला बऱ्याच गोष्टी माहिती आहेत.'' मेसनला डोळा मारत हाऊलॅन्ड म्हणाला. ''हेडलाइट दुरुस्त करणं ही सोपी गोष्ट आहे, हेदेखील आम्हाला माहीत आहे. या केसबद्दल तुझं काय मत आहे मेसन? ज्यूरर्स काय करतील वाटतं तुला?''

''एखादे वेळी काहीच करणार नाहीत.''

''ज्यूरी कोणत्याही निर्णयाप्रत येणारच नाही असं वाटतं तुला?'' हाऊलॅन्ड काळजीपूर्वक, सावधपणे म्हणाला.

''शक्य आहे.''

हाऊलॅन्ड आवाज खाली आणत कुजबुजला, ''गुप्त गोष्ट सांगायची, तर माझा तोच प्रयत्न होता. त्यापेक्षा जास्ती काही अपेक्षा नाही माझी.''

५

मेसन आपल्या टेबलाशी बसून विचारमग्न मुद्रेने सिगारेट ओढत होता. डेला स्ट्रीटने आपले टेबल आवरले आणि ती दाराकडे निघाली; काहीतरी विसरल्याप्रमाणे परत आली; एका मागोमाग एक ड्रॉवर्स उघडून तिने कागद बाहेर काढले आणि नीट लावून आत ठेवले.

मेसन हसला. ''त्यापेक्षा तू सरळ वाट बघत का थांबत नाहीस?''

"अरे देवा! इतकं सहज लक्षात येण्यासारखं वागत होते मी?"

मेसनने मान डोलावली.

ती कशीबशी हसली "ठीक आहे, थांबते मी काही मिनिटं."

"फोन इथे मिळण्यासाठी स्विचबोर्डमधून लाइन दिली आहे ना?"

"हो गर्ट्र्युड घरी गेली आहे. ट्रन्क लाइन तिने तुमच्या फोनला जोडून ठेवली आहे. जर ती स्त्री...."

फोन वाजला, तशी डेला बोलायचे थांबली.

"तू आता इथे आहेसच, तर तुझी वही घे आणि एक्स्टेन्शन फोन उचलून नोट्स घे." मेसनने डेलाला सांगितले.

"हॅलो!" मेसन म्हणाला.

सकाळी फीबद्दल बोलणे केलेल्या स्त्रीच्या आवाजात उत्सुकता होती. "मिस्टर मेसन?"

"हो."

"कोर्टात गेला होतात?"

"नक्कीच!"

"काय वाटतं तुम्हाला?"

"कशाबद्दल?"

"केसबद्दल."

"मला वाटतं, ज्यूरी कोणत्याही निर्णयाप्रत येणार नाही."

"नाही, नाही, साक्षीदाराबद्दल विचारते आहे मी."

"कोण साक्षीदार?"

"अर्थातच लाल केसवाली स्त्री!"

"म्हणजे मिर्टल ॲन हेले?"

"हो."

"मी सांगू शकत नाही."

"सांगू शकत नाही?" तिच्या आवाजातच संशय होता. "त्याचसाठी तुम्ही तिकडे गेला होता. आता...."

"मिसेस हेलेच्या साक्षीबद्दल माझं काय मत आहे, याची चर्चा मी अपरिचित माणसाबरोबर करू शकत नाही." मेसनने स्पष्टपणे सांगून टाकले.

"अपरिचित माणूस? मी तर अशील आहे तुमची.. मी...."

"मला कसं कळणार तुम्हीच माझ्या अशील आहात म्हणून?"

"माझा आवाज ओळखता यायला पाहिजे तुम्हाला."

"अनेकदा आवाज सारखे भासतात. अशील आणि वकील यांच्यामधलं संभाषण

उघड न करण्याचं स्वातंत्र्य असतं. अशा तऱ्हेच्या संभाषणाचा भाग नसलेलं विधान केल्याबद्दल नंतर माझ्यावर कुणी अब्रूनुकसानीचा दावा केला, तर ते मला आवडणार नाही.''

दुसऱ्या बाजूकडून बराच वेळ आवाज आला नाही. मग त्या स्त्रीचा आवाज आला, ''मी माझी ओळख कशी पटवून देऊ?''

''मला शंभर डॉलर्स आणून देणाऱ्या माणसाजवळ मी त्या पैशांची पावती दिली होती. तुम्ही ती दिलीत की, मला कळेल, ज्या व्यक्तीने मला पैसे पाठवले होते, त्याच व्यक्तीशी मी बोलतो आहे.''

''पण मिस्टर मेसन, तुमच्या लक्षात का येत नाही? मी कोण आहे हे तुम्हाला कळून मला चालणार नाही. त्याचसाठी तर प्रथम दुसऱ्याकरवी पैसे पाठवले होते.''

''तसं असलं तरी, माझं बोलणं उघड न करण्याच्या खास अधिकारात येतं अशी *पक्की खात्री पटल्याशिवाय* न्यायालयामधल्या साक्षीबद्दल मी माझं मत सांगू शकत नाही.''

''तुमचं मत एवढं वाईट आहे?''

''मी केवळ नियम स्पष्ट करतो आहे.''

''पावती आहे माझ्याकडे.''

''मग या.''

फोनवर पुन्हा बराच वेळ शांतता होती. ''माझी ओळख द्यायला लागू नये म्हणून तर मी इतकी काळजी घेतली होती.'' आवाजात तक्रारीचा सूर होता.

''आणि मी माझ्या अशिलाशीच बोलतो आहे, याची खात्री पटावी म्हणून मी इतकी सर्व काळजी घेतो आहे.''

''तुम्ही थांबाल तिथे?''

''दहा मिनिटं थांबतो. तेवढा वेळ पुरेल?''

''हो.''

''ठीक आहे. सरळ बाजूच्या दरवाजाकडे या.'' मेसनने सांगितले.

''फारच त्रास देता आहात तुम्ही. मला हे सर्व असं घडायला नको होतं.'' तिने खाडकन फोन आपटला.

हे सर्व संभाषण लिहून घेणाऱ्या डेला स्ट्रीटकडे वळून मेसन म्हणाला, ''मला वाटतं मिस स्ट्रीट, घरी जायची घाई नाही आणि थांबायला आवडेल, असं तू आत्तापर्यंत ठरवलं असणार.''

''आता तर मला बाहेर काढायचा प्रयत्न करूनच बघा!'' ती हसत म्हणाली. ''हत्तींचा कळपसुद्धा मला बाहेर काढू शकणार नाही.''

तिने टाइपरायटरवरचे आच्छादन काढले, आपल्या शॉर्टहँडच्या वह्या नीट

लावल्या आणि कोट कपाटामध्ये अडकवून ठेवला.

पुन्हा टेलिफोन वाजला.

मेसनच्या कपाळावर आठ्या चढल्या. "आपला फोन संपताक्षणी स्विचबोर्ड बंद करायला हवा होता. तो आता बंद कर डेला. पण थांब, कुणाचा फोन आहे ते तरी बघ."

डेला स्ट्रीटने फोन उचलला. "हॅलो, कोण बोलतंय?... कुठे?.... एक क्षण थांबा... मला वाटतं ते घरी गेले आहेत. पण तरी बघते."

टेलिफोनच्या माऊथपीसवर हात ठेवून ती म्हणाली, "मेक्सिकोमधल्या चुवावा शहरामधून गुथ्री बाल्फोरचा फोन आहे. तो म्हणतो आहे की, खूप महत्त्वाचं काम आहे."

"बाल्फोर?" मेसन म्हणाला. "या केसमधला आरोपी टेड बाल्फोरचा काका असणार. आपण भलत्याच भानगडींमध्ये गुरफटतो आहोत. सांग फोनवर की, तू मला शोधलं आहेस आणि जोडून दे फोन."

तसे सांगून क्षणभराने डेलाने पेरी मेसनला खूण केली.

मेसनने टेलिफोन उचलला.

फोनवरून येणारा आवाज खूप दूरवरून आल्यासारखा आणि अस्पष्ट असला, तरी त्या माणसाला काहीतरी घाईघाईने सांगायचे असावे.

"पेरी मेसन, वकील?"

"बरोबर!" मेसन म्हणाला.

आवाजात थोडी काळजीची छटा उमटली. "मिस्टर मेसन? मी गुथ्री बाल्फोर. मी आताच ताराऊमारे या इन्डियन जमातीच्या प्रदेशामधून परत आलो आहे. मला माझ्या मुख्य तळावर परत जायलाच पाहिजे. चुवावा इथे मिळालेल्या टपालामध्ये मला जरा अस्वस्थ करणारी बातमी मिळाली आहे. कुणालातरी आपल्या गाडीने धडक देऊन पळून जाण्याचा आरोप माझा पुतण्या थिओडोर बाल्फोर याच्यावर ठेवला आहे म्हणे.

"तुम्ही माझ्याबद्दल ऐकलं असणार मिस्टर मेसन. बाल्फोर अलाईड असोसिएट्स या औद्योगिक साम्राज्याचीही तुम्हाला माहिती असणार, याची खात्री आहे मला. जगभराच्या अनेक ठिकाणच्या उद्योगांमध्ये आम्ही गुंतवणूक...."

"ऐकलं आहे." मेसन मध्येच म्हणाला. "तुमच्या पुतण्याची केस आजच कोर्टात उभी राहिली."

"निकाल काय लागला?" आवाजात एकाएकी निराशा आणि खिन्नता वाटली.

"माझ्या माहितीप्रमाणे ज्यूरी अजूनही विचारविनिमय करत आहेत."

"काहीही करायला आता खूप उशीर झाला आहे का?"

"ज्यूरी एखादे वेळी कुठल्याही निर्णयाप्रत येऊ शकणार नाहीत, असं मला वाटतं आहे. तुम्ही असं का विचारता आहात?"

"मिस्टर मेसन, माझ्या पुतण्याला कोणत्याही आरोपाखाली शिक्षा होता कामा नये. ते महत्त्वाचं आहे. फारच महत्त्वाचं आहे."

"तो अपराधी ठरला, तरी एखादे वेळी प्रोबेशनवर – चांगल्या वर्तणुकीच्या हमीवर – सुटेल. या केसमधल्या काही बाबी जरा विचित्र वाटतात. काही तफावती...."

"असणारच! तुमच्या लक्षात येत नाही. जाणूनबुजून त्याला या प्रकरणात अडकवलं गेलं आहे आणि त्याला तसंच कारण आहे. मिस्टर मेसन, मी इथून निघू शकत नाही. पुराणवस्तू संशोधनाच्या अत्यंत महत्त्वाच्या मोहिमेवर मी इथे आलो आहे. मला अडचणी येत आहेत. धोके निर्माण होत आहेत, पण मी यशस्वी ठरलो तर... मी असं करतो मिस्टर मेसन, मी माझ्या पत्नीला रात्रीच्या विमानाने पाठवून देतो. एल-पासोला दुसरं विमान पकडून सकाळी ती प्रथम तुमच्या ऑफिसमध्ये येऊ शकेल. तुम्ही कधी कार्यालयात पोहोचता?"

"नऊ ते दहाच्या दरम्यान कधीतरी."

"मिस्टर मेसन, कृपा करून तिला सकाळची नऊ वाजताची वेळ भेटीसाठी द्या. तुम्हाला भरपूर मोबदला मिळेल, याची मी काळजी घेईन. मी...."

"मॉर्टिमर डीन हाऊलॅन्ड हा तुमच्या पुतण्याचा वकील आहे." मेसनने सांगून टाकले.

"हाऊलॅन्ड! तो वाचाळ, बोंबाबोंब करून दुसऱ्याला घाबरवून टाकणारा माणूस? आरडाओरडा करणारा, दुय्यम प्रतीचा फौजदारी वकील आहे तो! या केसमध्ये डोकं लढवावं लागणार आहे मिस्टर मेसन. मी... आत्ता काही स्पष्टीकरण देता येणार नाही; पण तुम्ही माझ्या पत्नीला मुलाखतीसाठी उद्या सकाळी नऊची वेळ द्याल का?"

"ठीक आहे," मेसन म्हणाला. "पण मी जे काम हातात घ्यावं असं तुम्हाला वाटत असेल, ते मी एखादे वेळी करू शकणार नाही."

"का?"

"या केसशी असलेल्या माझ्या इतर संबंधांना त्यामुळे बाधा पोहोचू शकते." मेसनने उत्तर दिले. "तेव्हा मी तशी खात्री देऊ शकत नाही. तरीही मी तुमच्या पत्नीशी निदान बोलतो तर."

"उद्या सकाळी नऊ."

"बरोबर."

"खूप आभारी आहे."

मेसनने फोन ठेवून दिला. "आपण नको तिथे रुतत चाललो आहोत, असं मला

वाटायला लागलं आहे.'' तो डेला स्ट्रीटला म्हणाला.

''फारच!'' डेला म्हणाली. तेवढ्यात दारावर अस्वस्थपणे कुणीतरी टकटक केल्यासारखे वाटले.

डेलाने पुढे होऊन दार उघडले.

कोर्टरूममध्ये पेरी मेसनच्या शेजारी बसलेल्या स्त्रीने आत पाऊल टाकले.

''ओ! गुड इव्हिनिंग!'' मेसन म्हणाला. ''आधी भेटलो तेव्हा विशेष मित्रत्वाने वागला नव्हतात तुम्ही.''

''अर्थातच!''

''वाजले किती सांगायचीसुद्धा तयारी नव्हती.''

''मिस्टर मेसन, मला ज्या परिस्थितीत मुळीच अडकायचं नव्हतं, त्याच परिस्थितीत तुम्ही मला ढकललं आहे.''

''वाईट झालं. मला तर वाटत होतं की, ज्या परिस्थितीत *मला* अडकायचं नव्हतं त्या परिस्थितीत *तुम्ही* मला ढकलणार आहात.''

''मी कोण ते आता कळलं आहे तुम्हाला.''

''बसा खाली. कॅश सोडून तुम्ही कोण आहात?'' मेसनने विचारले.

''मी मॅरिलिन कीथ; पण कृपा करून जास्ती चौकशी करू नका.''

''आणि मिर्टल ॲन हेलेशी तुमचा काय संबंध आहे?''

''मिस्टर मेसन, तुम्ही माझीच उलटतपासणी करत आहात. मला ती नको आहे. मला तुमच्याकडून माहिती हवी होती. मी कोण आहे हेदेखील तुम्हाला कळायला नको होतं.''

''का?''

''त्याचा तुमच्याशी संबंध नाही.''

''तुम्ही आलात ना इथे? म्हणजे संबंध आहे. बोला आता काय प्रकार आहे ते.''

''मला खरंखुरं सत्य जाणून घ्यायचं आहे. त्याचा मिर्टल हेलेच्या साक्षीशी संबंध आहे.''

''ठार झालेला माणूस कोण होता माहिती आहे तुम्हाला?''

''नाही.''

''आणि तरीसुद्धा मी कोर्टामध्ये हजर राहून, दिवसभर केसवरची चर्चा ऐकून, मिर्टल ॲन हेलेच्या साक्षीबद्दल मला काय वाटलं ते तुम्हाला सांगावं, यासाठी कष्टाने साठवलेल्या पैशांमधून तुम्ही मला शंभर डॉलर्स दिलेत?''

''बरोबर. ते पैसे फक्त मी रजेवर जाण्याच्या वेळेसाठी ठेवले होते.''

''रजा?''

''पुढल्या महिन्यात माझी रजा आहे. इतर मुलींना मी उन्हाळ्यामध्ये रजा घेऊ

देते. मी ॲकापुल्कोला जायचं ठरवलं होतं... जाईनही एखादे वेळी... तेव्हा रजेसाठी साठवलेल्या पैशातून रक्कम काढणं मला खूप पसंत नव्हतं. जाऊ दे, ती गोष्ट आता भूतकाळात जमा झाली आहे.''

''पावती आणली आहे?''

तिने पर्स उघडली आणि पैसे घेऊन आलेल्या माणसाला डेला स्ट्रीटने दिलेली पावती बाहेर काढली. ती पेरी मेसनच्या हातात ठेवली.

मेसन त्या तरुण स्त्रीच्या डोळ्यात बघून म्हणाला, ''मला वाटतं, मिर्टल हेले खोटं बोलत होती.''

क्षणभर तिच्या चेहऱ्यावर खळबळ उडाल्यासारखी वाटली आणि तिने स्वत:च्या मनावर ताबा मिळवला. ''कळूनसवरून खोटं बोलत होती?''

मेसनने मान डोलावली. ''हे कुणाशीही बोलू नका. तुमच्या दृष्टीने हे आपल्यामधलं खाजगी आणि गुप्त संभाषण आहे. मी बोललेलो कुठेही उघड केलंत, तर तुम्ही अडचणीत याल.''

''या निष्कर्षाबद्दल काही कारणं देता येतील मिस्टर मेसन?''

''तिने गाडीचा नंबर तिची वही काढून अगदी योग्य ठिकाणी....''

''अर्थातच बचावपक्षाच्या ॲटर्नींचं बोलणं मी ऐकलं आहे. अगदी तर्कशुद्ध विचार, पण मिर्टलने रस्त्यावरची नजर खरोखर वळवली असली तर? फारतर एखाद्या मिनिटाचाच प्रश्न होता. लिहीत असताना *सर्व काळ* काही ती वहीकडे बघत नसणार. योग्य ठिकाणी ती लिहिणार आहे याची खात्री पटवण्याइतका वेळच....''

मेसनने एक कागदाचा तुकडा आणि पेन्सिल तिच्या हातात ठेवली. ''सहा हा आकडा लिहा.'' त्याने मॅरिलिन कीथला सूचना दिली.

तिने त्याप्रमाणे आकडा लिहिला.

''आता उभ्या राहा.'' मेसन म्हणाला. ''खोलीत चालायला लागा आणि चालता चालता सहा हा आकडा लिहा.''

तिने त्याप्रमाणे केले.

''आता दोन्ही आकडे बघा.'' मेसनने सांगितले.

''मला तर काही फरक दिसत नाही.''

''तो कागद इकडे घेऊन या.'' मेसनने सूचना केली. ''मी तुम्हाला थोडासा फरक दाखवतो.''

ती त्याच्या टेबलाच्या दिशेने निघाली.

''थांबा आणि येता येता आणखी एकदा सहाचा आकडा लिहा.''

तिने त्याप्रमाणे केले आणि आकडे लिहिलेले कागदाचे पॅड त्याच्या हातात ठेवले.

"हा सहाचा आकडा तुम्ही बसून लिहिलेला. रेषेचं शेवटचं टोक गोल करून बरोबर रेषेवर येऊन टेकलं आहे. बरोबर?" मेसनने तिचे लक्ष वेधले. "आता चालताना लिहिलेले सहाचे आकडे बघा. एकामध्ये रेषेचं शेवटचं टोक पुन्हा रेषेला मिळण्याआधीच थांबलं आहे, तर दुसऱ्यात ते रेषा ओलांडून दुसऱ्या बाजूला गेलं आहे.

"गाडी चालू असताना सहा हा आकडा लिहायचा प्रयत्न केला, तर या दोनपैकी एक गोष्ट होणार. एक तर रेषेचं टोक रेषेच्या अगदी जवळ येऊन थांबणार, नाहीतर रेषा ओलांडून तेवढंसंच पुढे जाणार. स्तब्ध बसून लिहीत असतानाच फक्त ते रेषेवर बरोबर टेकतं.

"आता मिर्टल ॲन हेलेचं *म्हणणं आहे की,* जी. एम. बी. ६६५ हा लायसन्स नंबर तिने गाडी चालू असताना, एका हातात गाडीचं स्टीअरिंग व्हील आणि दुसऱ्या हातात पेन धरलेलं असताना, मांडीवर उघडून ठेवलेली वही पडणार नाही याची काळजी घेत लिहिलेला आहे. तरीही सहाचं खालचं वर्तुळ बंद होताना रेषेचं टोक उभ्या रेषेला बरोबर टेकलेलं आहे. मिर्टल ॲन हेलेने सांगितलेल्या परिस्थितीत भर वेगाने जाणाऱ्या गाडीमध्ये लागोपाठ दोन वेळा अशा तऱ्हेने सहाचा आकडा लिहिला जाण्याची शक्यता दहा लाखात फार तर एकदा असेल."

"बचाव पक्षाचा ॲटर्नी याबाबत कसा गप्प राहिला?"

"त्याच्या लक्षात आलं नसेल," मेसन म्हणाला. "नाहीतर त्याला गरज वाटली नसेल."

काही सेकंदं ती गप्प राहिली. मग तिने विचारले, "आणखी काही?"

"अनेक गोष्टी आहेत." मेसनने सांगितले. "साक्षीदार खोटं बोलायला लागल्याचा इशारा वकिलाला अंतर्मनातून बरोबर मिळतो. याशिवाय अंतराचा प्रश्न आहे.

"तिने सांगितलेल्या ठिकाणीच तिने पुढल्या गाडीला मागे टाकलं असेल आणि तिनेच सांगितल्याप्रमाणे तिच्या गाडीमागची रहदारी दाखवणाऱ्या रिअर व्ह्यू मिररमध्ये बघितलं असेल, तर हेडलाइटचा प्रकाश जाताना ती स्टेट हायवे पार करत असणार आणि तो पार करत असताना ती आरशात बघेल, हे केवळ अशक्य आहे."

"हो, माझ्या लक्षात येतंय." त्या तरुणीने कबुली दिली. "म्हणजे तुम्ही लक्षात आणून दिल्यावर मला कळतंय."

"खरं सांगायचं तर मिर्टल हेलेच्या साक्षीबद्दल तुम्हाला आधीच संशय आला होता. त्याबद्दल मला काही सांगायची तयारी आहे तुमची?"

तिने नकारार्थी मान हलवली. "शक्य नाही ते."

"ठीक आहे." मेसन म्हणाला. "तुम्ही मला माझं मत विचारलंत. कोर्टामध्ये

बसून माझं मत बनवण्यासाठी मला शंभर डॉलर्सही दिले होते. आता माझं मत मी तुम्हाला सांगितलेलं आहे.''

तिने सर्व गोष्टींचा क्षणभर विचार केला आणि एकाएकी उठून आपला हात पुढे केला. "आभारी आहे, मिस्टर मेसन. माझी अपेक्षा होती तसेच आहात तुम्ही.''

"आता तरी तुमचा पत्ता द्यावा असं वाटत नाही तुम्हाला?'' मेसनने विचारले. "रेकॉर्डवर राहील आमच्या.''

"मिस्टर मेसन, मी नाही ते करू शकत. मी तुमच्याकडे आले होते असं जरी इतरांना कळलं, तरी माझी स्थिती वाईट होईल. फार ताकदवान आणि निर्दय अशा लोकांचा या केसशी संबंध आहे. मी तुम्हालाच अडचणीत आणलं नसेल, अशी आशा आहे माझी.''

मेसनने तिच्या चिंताग्रस्त चेहऱ्याकडे एक नजर टाकली. "फक्त तुमचा विचार केला, तर असं कुठलंही कारण आहे का की, ज्यामुळे या केसच्या कुठल्याच टप्प्यावर मी स्वत:ला तिच्यामध्ये गुंतवून घेऊ नये?''

"हा प्रश्न तुम्ही का विचारता आहात?''

"या केसबाबत अशील बनू पाहणाऱ्या दुसऱ्या कुणीतरी माझ्याशी संपर्क साधला आहे.''

तिने एक क्षणभर विचार केला. "मिर्टल हेले नाही ना?''

"नाही.'' मेसन म्हणाला. "तिचं वकीलपत्र तर मी घेऊच शकत नाही.''

"मग कोण?'' तिने विचारले.

"ते मी तुम्हाला सांगू शकत नाही, पण या केसशी कोणत्याही तऱ्हेने संबंध असणाऱ्या *कुणाचंही* प्रतिनिधित्व मी करू नये असं कुठलं कारण असेल, तर कृपा करून ते आत्ताच मला सांगा.''

"या केसमधलं खरंखुरं सत्य कळून घ्यायला मला आवडेल. तुम्ही त्या केसमध्ये लक्ष घातलंत, तर तुम्ही नक्कीच सत्य काय ते शोधून काढाल. मग तुमचा अशील कोण आहे, याची मला पर्वा नाही. माझं मत विचाराल मिस्टर मेसन, तर तुम्ही कुणाचंही प्रतिनिधित्व केलं तरी चालेल.'' ती एका झटक्यात दाराजवळ पोहोचली आणि गुड नाइट म्हणत, बाहेर पाय टाकत तिने दरवाजा ओढून घेतला.

मेसन डेला स्ट्रीटकडे वळला "काय वाटतं तुला?''

"तिला खोटं बोलता येत नाही.''

"म्हणजे?''

"फक्त मिर्टलच्या साक्षीबद्दल तुझं मत काय आहे कळून घेण्यासाठी काही तिने रजेसाठी साठवलेले पैसे खर्च केलेले नाहीत.''

"मग *कशासाठी?*''

"मला *वाटतं* की, ती प्रेमात पडली आहे." डेला स्ट्रीटने उत्तर दिले.

"आणि मला *माहीत आहे* की, ती खूप घाबरलेली आहे."

६

पेरी मेसनने लॅच-कीने आपल्या स्वत:च्या केबिनचा दरवाजा उघडला. आपली हॅट स्टँडवर अडकवली.

त्याच्या आधीच कार्यालयात हजर झालेल्या डेला स्ट्रीटने विचारले, "आज सकाळची वर्तमानपत्रं बघितलीस?" तिने मेसनच्या टेबलावर असलेल्या वर्तमानपत्रांकडे हात केला.

त्याने नकारार्थी मान हलवली.

"सरकार विरुद्ध टेड बाल्फोर या खटल्यामध्ये ज्यूरी निर्णय घेऊ शकली नाही. मतांची समसमान विभागणी झाली. सहा जणांना त्याची निर्दोष सुटका करायची होती आणि सहा जणांना त्याला अपराधी ठरवायचं होतं."

"मग काय झालं?"

"हाऊलॅन्डने बहुतेक प्रॉसिक्यूटरशी तडजोड केली. ज्यूरी बरखास्त करून जजने ॲटर्नींना खटल्याची नवीन तारीख ठरवायला सांगितली.

"जजने हे सांगताच हाऊलॅन्ड उभा राहिला आणि म्हणाला की, या केसमध्ये अगोदरच सरकारचा खूप पैसा खर्च होतो आहे. ज्यूरीसमोर खटला चालू असताना सादर केलेल्या पुराव्यांच्या आधारावर ही केस ज्यूरी नसताना निर्णयासाठी म्हणून फक्त जज कॅडवेलवर सोपवायची त्याची तयारी आहे.

"प्रॉसिक्यूटरनेही संमती दिली आणि जज कॅडवेलने तत्काळ निर्णय दिला की, आरोपी अपराधी आहे. हाऊलॅन्डने सस्पेन्डेड सेन्टेन्ससाठी – दिलेली शिक्षा तहकूब असणारा दंडादेश – विनंती केली. आरोपीने राज्याचा वाचवलेला खर्च लक्षात घेता प्रॉसिक्यूटरनेही सांगितलं की, तो या विनंतीला विरोध करणार नाही; पण त्याने दंड भरावा. त्याचा निर्णयही ताबडतोब घ्यावा.

"प्रॉसिक्यूटरची अट लक्षात घेऊन जज कॅडवेलने त्या आरोपीला त्याप्रमाणे शिक्षा देऊन पाचशे डॉलर्स दंड भरायला सांगितला."

"कमालच झाली!" मेसन म्हणाला. "फार घाईघाईने सर्व प्रकरण हातावेगळं करण्यात आलेलं दिसतं. आपल्या कालच्या अशिलाकडून नंतर काही ऐकलं नाही ना?"

"नाही, पण आजचा अशील बाहेर वाट बघतो आहे."

“म्हणजे मिसेस बाल्फोर?”

“बरोबर.”

“तुझं तिच्याबद्दल काय मत झालं आहे डेला? रात्रभर जागरण झाल्यासारखी वाटते?”

“अजिबात नाही. डेझीच्या फुलासारखी टवटवीत दिसते आहे. नीटनेटकी आहे आणि स्वत:वर खूप खर्च करणारी आहे. कपडे सूटकेसमधून काढून चढवलेले नाहीत. पेरी मेसनवर छाप पाडण्याच्या तयारीनेच आली आहे.

“ती बहुधा चार्टर्ड विमानानेच चुवावाहून निघाली आणि एल पासोहून पुढलं आरामदायक विमान पकडून घरी पोहोचली. थोडा वेळ झोपून या भेटीसाठी आकर्षक बनण्यासाठी बराच वेळही घालवला असावा.”

“सुंदर आहे?”

“वादच नाही!”

“वय?”

“सत्तावीस ते बत्तीस या धोकादायक वयात असावी. जास्तीत जास्ती एवढंच सांगता येतं मला.”

“आकर्षक?” मेसनने विचारले.

“सर्व गोष्टी आहेत तिच्याकडे – बदामी रंगाचे भावुक, मोठे डोळे, हसताक्षणी दिसणारे मोत्यांसारखे दात – थोडक्यात म्हणजे करोडपती नवऱ्याची दुसरी बायको! खूप खर्चिक हौस. तरीसुद्धा हे *पॅकेज* मिळवण्याआधी गुथ्री बाल्फोरने शोधाशोध करण्यात बराच वेळ घालवला असावा.”

“नवऱ्यावर पूर्ण भक्ती असलेली बायको?” मेसन हळूच हसत म्हणाला.

“भक्ती आहेच, पण गुथ्री बाल्फोरवर नाही, तर मिसेस गुथ्री बाल्फोरवरच आहे. स्वत:शी अत्यंत इमान राखणारी स्त्री!”

“ठीक आहे.” मेसन म्हणाला. “आतमध्ये घेऊन ये तिला. बघू तरी. ती दुसरी बायको असल्याने टेड बाल्फोरशी काहीही नातं नाही तिचं.”

“बरोबर,” डेला स्ट्रीट म्हणाली. “आता माझ्याबद्दल तुम्ही काय म्हणाल ते मला माहीत नाही; पण मिस्टर पेरी मेसन, मी तुम्हाला आणखी एक सांगते.”

“काय?”

“तिला बघताच तुम्ही पार पाघळणार आहात. तुमच्यावर छाप पाडू शकेल अशीच स्त्री!”

“आणि तू नाहीस तशी?”

डेला स्ट्रीटने उत्तर न देता त्याच्याकडे फक्त बघितले.

“ठीक आहे, ठीक आहे.” मेसन हळूच हसत म्हणाला. “घेऊन ये तिला

आत. तू माझ्या अपेक्षा इतक्या वाढवून ठेवल्या आहेस की, माझी बहुतेक निराशाच होणार आहे.''

''अजिबात तसं घडणार नाही.'' डेलाने खात्री दिली.

डेला स्ट्रीट मिसेस गुथ्री बाल्फोरला घेऊन आतमध्ये आली.

मेसनने उठून मान लववली, ''गुड मॉर्निंग मिसेस बाल्फोर! बराच धावपळीचा प्रवास झालेला असणार.''

तिच्या चेहऱ्यावर मन प्रसन्न करणारे हसू उमटले. ''अजिबात नाही मिस्टर मेसन. मी सकाळी दीड वाजता घरी पोहोचले होते. वातानुकूलित विमाने, स्पन्ज रबरच्या, पाठ मागे-पुढे करता येण्यासारख्या सीट्स म्हणजे पुराणवस्तू संशोधकाच्या पत्नीची ऐषच! इतर वेळी काय काय सहन करावं लागतं.''

''बसून घ्या.'' मेसनने सांगितले. ''पुतण्यावरच्या केसबाबत तुमचे यजमान खूप काळजीत वाटले.''

''हे अगदी साध्या शब्दांत बोलणं झालं.''

''पण त्याच्या ॲटर्नीने प्रॉसिक्यूटरबरोबर बोलणं करून केसमध्ये मार्ग काढलेला दिसतो आहे. आज सकाळची वर्तमानपत्रं वाचलीत?''

''अरे देवा! नाही वाचली. केसबद्दल काही आलं आहे का?''

''हो'' मेसन म्हणाला. ''एखादे वेळी तुम्हाला स्वत:लाच वाचायला आवडेल.''

त्याने घडी घालून पेपर तिच्या हातात ठेवला.

ती वाचत असताना मेसन काळजीपूर्वक तिच्याकडे बघत होता.

एकाएकी मिसेस बाल्फोर रागाने काहीतरी पुटपुटली, पेपर चुरगळून तिने जमिनीवर टाकला, खुर्चीमधून उठून आपली उंच टाच त्यावर पुन्हा आपटली; आणि क्षणात स्वत:वर ताबा मिळवला.

''ओ! सॉरी!'' ती म्हणाली. ''माझ्या लक्षातच आलं नाही.''

तिने काळजीपूर्वक वर्तमानपत्रावरचा पाय उचलला, टाच सोडवून घेता घेता आपला स्कर्ट सहजच वर उचलला. लक्ष जावं असेच पाय ध्यानात आले. मग गुडघ्यांवर टेकून तिने चुरगळलेले वर्तमानपत्र हात फिरवून नीटनेटके करायला सुरुवात केली.

''मला खूप वाईट वाटतंय मिस्टर मेसन!'' ती पश्चात्तापाने म्हणाली. ''माझं डोकंच गेलं एकदम! राग आला की....''

''वर्तमानपत्राची काळजी सोडा!'' मेसन डेला स्ट्रीटकडे कटाक्ष फेकत म्हणाला. ''खाली न्यूज स्टॅन्डवर खूप आहेत. विचारच सोडा पेपरचा.''

''नाही, नाही... सॉरी... शिक्षा भोगायलाच हवी मला मिस्टर मेसन.''

वर्तमानपत्राचे कागद सरळ करत ती उठली. सरळ ताठ होण्यातही एक

प्रकारचा मोहकपणा होता.

"त्यात लिहिलेल्या कुठल्या गोष्टीचा तुमच्या मनाला एवढा त्रास झाला?" मेसनने विचारले.

"मूर्ख माणूस!" ती म्हणाली, "अगदी गाढव! त्या तोंडाळ, बढाईखोर, अतिशहाण्या आणि अहंकारी माणसाच्या हातात त्यांनी ही केस द्यायलाच नको होती."

"मॉर्टिमर डीन हाऊलॅन्ड?" मेसनने विचारले.

"मॉर्टिमर डीन हाऊलॅन्ड!" तिच्या तोंडामधून तिरस्कारानेच फटाफट शब्द आले. "बघा काय मूर्खपणा करून बसला आहे तो!"

"तसं बघितलं, तर त्याने बहुधा चांगला सौदा केलेला दिसतो." मेसनने आपले मत सांगितले. "ज्यूरी विचारविनिमय करायला गेली असताना हाऊलॅन्ड बहुधा प्रॉसिक्यूटरशी बोलला असावा. ज्यूरी निर्णय घेऊ शकणार नाहीत, अशी शक्यता त्याने बोलून दाखवली असावी. प्रॉसिक्यूटरला बहुधा नव्याने ट्रायल सुरू करण्याची अजिबात इच्छा नव्हती. तेव्हा ज्यूरी निर्णय घेऊ शकत नसेल, तर आधीच दाखल केलेल्या पुराव्याच्या आधारावर निकालासाठी, जज कॅंडवेलच्या हातामध्ये केस सोपवायचा निर्णय त्यांनी घेतला असावा. याचा दुसरा अर्थ खरा तर गुन्हा कबूल करणं असाच होतो, पण गुन्ह्याची कबुली दिली असा डाग तरी लागत नाही.

"प्रॉसिक्यूटरच्या दृष्टीने विचार केला, तर त्याने आरोपीला शिक्षा तहकूब असलेला दंडादेश द्यायची सूचना करून केस निकालात काढली जाईल अशी व्यवस्था केली होती. अशा तऱ्हेची अट घालण्यात एक धोका असू शकतो. जज ऐकत नाही आणि शिक्षा देऊन मोकळा होतो. जज कॅंडवेलची ख्याती आहे की, तो प्रॅक्टिस करणाऱ्या ॲटर्नींच्या प्रश्नांचा व्यवहारी विचार करतो आणि असा समझोता मान्य करतो."

मिसेस बाल्फोर मेसनचे बोलणे लक्ष देऊन ऐकत होती. ती किती एकाग्रपणे मेसनचे स्पष्टीकरण समजून घेत होती, हे तिचे मोठे तपकिरी डोळेच दाखवत होते.

मेसनचे बोलणे संपल्यावर ती सरळपणे म्हणाली की, अत्यंत महत्त्वाच्या अशा काही गोष्टी टेड बाल्फोरला स्वत:लाच माहीत नव्हत्या आणि त्यामुळे त्या त्याच्या ॲटर्नीला माहीत असण्याची अपेक्षाही करता येणार नव्हती.

"कुठल्या गोष्टी?" मेसनने विचारले.

"ॲडिसन बाल्फोर." ती म्हणाली.

"त्याचं काय?"

"कुटुंबामधला तो सर्वांत श्रीमंत माणूस आहे आणि काही बाबतीत त्याची मतं

अत्यंत टोकाची आहेत.''

''मला वाटत होतं की, तुमचे यजमानच खूप श्रीमंत आहेत.'' मेसन हळूच म्हणाला.

''गुथ्री खूप श्रीमंत असला, तरी त्याच्याइतका नाही. त्याची आर्थिक स्थिती मलाही नीटशी माहिती नाही, कारण काही चौकशी करायची गरज भासली नाही. उगीचच गैरसमज निर्माण व्हायचे!'' ती कशीबशी हसत म्हणाली.

''पुढे बोला.''

''ॲडिसन बाल्फोरचे दिवस संपत आले आहेत आणि त्याला ते माहीत आहे. दीड वर्षापूर्वी डॉक्टरांनी तो फार तर सहा महिने काढेल, असं निदान केलं होतं. ॲडिसन एक विलक्षण व्यक्तिमत्त्व आहे. श्रीमंत, विक्षिप्त, करारी आणि हट्टीही. तो कधी काय करेल, हे कुणालाही सांगता येणार नाही. मला एकच गोष्ट निश्चितपणे माहीत आहे – टेड बाल्फोरने मोटारच्या धडकेने कुणाचा जीव घेतला आहे, हे जर त्याला कळलं, तर टेडला वारसाहक्काने मिळणारी त्याची मिळकत कधीही मिळणार नाही. तो त्याचा वारसाहक्कच काढून टाकेल.''

''टेडचं नाव त्याच्या मृत्युपत्रात आहे?''

''माझी समजूत आहे तशी आणि ती असायला कारणंही आहेत. टेडला इस्टेटीचा मोठा हिस्सा मिळणार आहे, पण तरुण पिढीचं बेबंद वागणं ॲडिसनला अजिबात पसंत नाही.

''टेडने सैन्यात थोडा काळ काढला आहे. त्याने त्याचं कॉलेज-शिक्षणही संपवलं आहे. बाल्फोर इंडस्ट्रीजमध्ये स्वत:ला झोकून देण्यापूर्वी तो सहा महिने मजेत काढतो आहे.

''वडलांनी परस्पर त्याच्यासाठी काही पैसा ठेवला होता आणि ॲडिसनला तेदेखील आवडलं नव्हतं. ट्रस्टमध्येदेखील त्याच्यासाठी बरीच संपत्ती ठेवलेली आहे. टेडने अत्यंत शक्तिशाली इंजिनाची, हायवेवर ताशी दीडशे मैल वेगाने पळू शकणारी स्पोर्ट्स कार विकत घेतली आहे कळल्यावर ॲडिसन खवळलाच होता.

''माझ्या नवऱ्याला मुलं नाहीत, ॲडिसनलाही नाहीत. बाल्फोरचं नाव आणि परंपरा पुढे चालवू शकेल असा फक्त टेडच आहे आणि त्यामुळे कुटुंबाचा तो फार महत्त्वाचा सदस्य आहे.''

''अपघात झाला त्या रात्री टेड त्याची स्पोर्ट्स कार चालवत नव्हता ना?'' मेसनने विचारले.

''नाही, पण मोठ्या गाड्यांपैकी एक गाडी चालवत होता.''

''अनेक मोठ्या गाड्या आहेत?''

''हो.''

''एकाच मॉडेलच्या?''

"नाही, माझा नवरा कायम अस्वस्थ असतो; शारीरिक दृष्ट्या आणि स्वभावानेही. बहुतेक माणसं एका कंपनीची गाडी घेतील. आवडली, तर तशाच इतर घेतील. गुथ्री वेगळा आहे. आज कॅडिलॅक घेईल, उद्या ब्यूक घेईल, तर परवा ओल्ड्‌समोबिल घेईल. पुढली गाडी लिंकनही असेल. नंतर इतरही. माझं फक्त दोन वर्षांपूर्वी त्याच्याशी लग्न झालं आहे, पण एवढ्या काळात मी अर्धा डझन वेगवेगळ्या गाड्या चालवल्या आहेत."

"ठीक आहे." मेसन म्हणाला. "आता नक्की काय आहे तुमच्या मनात?"

"सर्वप्रथम हाऊलॅन्डला डच्चू मिळायला हवा. टेड त्याच्याकडेच कसा काय गेला याची काही कल्पना आहे तुम्हाला?"

मेसनने नकारार्थी मान हलवली.

"ज्या दिवशी अपघात झाला, त्याच दिवशी मी आणि माझा नवरा मेक्सिकोला जायला निघालो होतो. आम्ही निघालो त्या रात्रीच हे घडलं. आम्हाला काही कळू नये याची टेडने दक्षता घेतली. आम्ही बर्रान्का कन्ट्रीच्या जंगली प्रदेशात गेलो होतो. चुवावाला टपाल आणि गरजेच्या वस्तू घेण्यासाठी आलो तेव्हा टेडच्या ट्रस्ट फंडाच्या ट्रस्टींचं पत्र येऊन पडलं होतं. पत्र वाचल्याबरोबर गुथ्रीने ताबडतोब तुम्हाला फोन केला. त्याला मुख्य तळावर जाणं भाग होतं. पुढला प्रवास अत्यंत मागासलेल्या प्रदेशातून आहे; खळबळजनक आणि धोकादायकही."

"तुम्ही आगगाडीने गेला होता?"

"हो. माझ्या नवऱ्याला विमानप्रवास आवडत नाही. पंख असलेल्या बसेस, त्याहून वेगळं काही नाही असं तो म्हणतो. त्याला वातानुकूलित आगगाडीच्या एकट्यासाठी असलेल्या ड्रॉईंग रूममधून प्रवास करायला खूप आवडतं. तो त्यात विश्रांती घेतो आणि विचार करतो. त्याच्या मते आगगाडीत जितक्या चांगल्या तऱ्हेने विचार करता येतो, तसा दुसरीकडे कुठेही करता येत नाही आणि आगगाडीत जशी चांगली झोप लागते, तशी दुसरीकडे कुठे लागत नाही."

"काहीही असलं, तरी ही केस आता संपलेली आहे." मेसन म्हणाला.

"माझ्या नवऱ्याचं मत तसं नाही. न्यायालयाने निर्णय दिला असला, तरी साक्षीदारांनी दिलेला पुरावा तुम्ही तपासून बघावा, असं त्याला वाटतं."

"त्याने काय होईल?"

"तडजोड आणि अटी बाजूला ठेऊन नवीन ट्रायल व्हावी, असा प्रयत्न तुम्ही करू शकता."

"ते कठीण आहे."

"एक प्रमुख साक्षीदार खोटं बोलत होता, असं तुम्ही सिद्ध करू शकलात, तर नाही जमणार?"

"एखादे वेळी जमेलही. तुम्हाला वाटतं की, एक प्रमुख साक्षीदार खोटं बोलला होता?"

"तुम्हीच शोध घ्या आणि सांगा मला."

"जोपर्यंत हाऊलॅन्ड टेडचं प्रतिनिधित्व करतो आहे तोपर्यंत मी काहीच करू शकत नाही."

"ते संपलं आहे आता."

"पण त्याला माहीत आहे का ते?"

"कळेल त्याला."

"आणखी एक गोष्ट मला वाटतं तुम्हाला माहीत असायला हवी." मेसनने सांगितले.

"कुठली?"

"तपशिलात न शिरता मी सांगेन की, न्यायालयात बसून सादर होत असलेला पुरावा ऐकून घेण्यासाठी मला कुणीतरी फी दिली होती."

"कोणी?"

"ते सांगायचं स्वातंत्र्य मला नाही; खरंतर मलाही खात्री नाही."

"अरे देवा! पण न्यायालयात नुसतं बसून ऐकण्यासाठी कुणीतरी का सांगावं तुम्हाला?"

"स्वत:लादेखील मी तोच प्रश्न विचारतो आहे." मेसनने उत्तर दिले. "मुद्दा असा आहे की, *मी ते केलं.* या बाबतीत आता मला कुठलेही गैरसमज निर्माण व्हायला नको आहेत. एका अशिलाने मी न्यायालयात बसून ऐकावं, असं मला सांगितलं होतं खरं."

"आणि तुम्ही न्यायालयात बसून ऐकलंत?"

"हो."

"तुमचं या केसबद्दल काय मत झालं?"

"त्याबाबत मला काळजीपूर्वक बोलणंच भाग आहे. एक प्रमुख साक्षीदार सत्य बोलत नसावा, अशा निर्णयाला मी आलो होतो."

"सरकारी पक्षाचा साक्षीदार?"

"हो. बचाव पक्षाने केस लढवलीच नाही."

"मग आमची इच्छा आहे, ते तुम्ही करू शकणार नाही का?"

"तुम्हाला तसं वाटलं तरच. परिस्थिती गुंतागुंतीची होईल. हाऊलॅन्डला वाटेल की, त्याचा अशील पळवण्यासाठी मी मुद्दामच ट्रायलला हजर राहिलो होतो."

"हाऊलॅन्डला काय वाटेल याची पर्वा आहे तुम्हाला?"

"तसाच विचार केला तर आहे."

"पण ती खूप महत्त्वाची बाब आहे?"

"तशी फार महत्त्वाची नाही; पण परिस्थिती हाऊलॅन्डच्या ध्यानात येईल अशा तऱ्हेने काम सुरू करायला मला आवडेल."

"हाऊलॅन्डचं काय करायचं ते मी बघते." ती म्हणाली. "मी त्याच्याशी बोलणारच आहे आणि काही गोष्टी त्याला ऐकवल्या की, माझं आणि माझ्या नवऱ्याचं त्याच्याबद्दल काय मत आहे, हे बरोबर लक्षात येईल त्याच्या."

"पण काही झालं तरी शेवटी टेडनेच त्याचं प्रतिनिधित्व करण्यासाठी त्याला नेमलं होतं. टेड एकवीस वर्षांहून मोठा आहे. त्याच्या मनात येईल ते तो करू शकतो."

"ठीक आहे, मी टेडशीही बोलणार आहे."

"तर मग सर्व परिस्थिती सगळ्यांना स्पष्ट झाली की, भेटा मला. हाऊलॅन्डचा संबंध आहे तोपर्यंत या प्रकरणाला स्पर्श करायची माझी इच्छा नाही."

मिसेस बाल्फोरने झटक्यात चेकबुक बाहेर काढले. "तुम्ही या क्षणापासून त्याचं प्रतिनिधित्व करणार आहात."

तिने पेन बाहेर काढून एक हजार डॉलर्सचा चेक लिहिला, *गुथ्री बाल्फोर पर डोर्ला बाल्फोर* अशी सही करून मेसनच्या हातात ठेवला.

"मला अजूनही काही उलगडा होत नाही." मेसन म्हणाला. "ट्रायल होऊन संपलेली केस आणि आता तिच्यासाठीच फी देता आहात!"

"टेडचा या केसमध्ये खरातर काही संबंध नाही, अशी ॲडिसनची खात्री पटवून देणं हे काम आहे तुमचं!" ती म्हणाली. "काम खूप असणार आहे आणि जबाबदारीही. हे सोपं आहे, असं मनातही आणू नका.

"तुम्हाला त्या केसचा पुन्हा सुरुवातीपासून पाठपुरावा करावा लागेल. अगदी स्पष्टच सांगायचं, तर मिस्टर ॲडिसन टेडला दोष देतीलच, पण अशी परिस्थिती उद्भवली म्हणून ते गुथ्रीवरही संतापतील. गुथ्री त्याच्या त्या पुराणवस्तू संशोधन मोहिमांमध्ये फारच वेळ घालवतो, असं आधीच त्यांना वाटतं.

"तुमची कुणाशी गाठ आहे हे कळेपर्यंत धीर धरा, म्हणजे मग तुम्हाला माझ्या बोलण्याचा अर्थ लक्षात येईल.

"आता मला निघायला हवं. मी टेडची भेट घेते. हाऊलॅन्डलाही सांगते की, त्याचं वकीलपत्र काढून घेतलं आहे म्हणून. ॲडिसनला तुम्ही भेटणार आहात. त्याला भेटतानाही एक गोष्ट ध्यानात ठेवा. टेडच्या हितसंबंधांचं रक्षण करण्यासाठी *आम्ही* तुमची नेमणूक केलेली आहे.

"आज, नंतर, कधीतरी माझ्यासाठी थोडा वेळ देता येईल?"

मेसनने मान डोलावली.

"नंतर पुन्हा बोलेनच तुमच्याशी." असे आश्वासन देऊन ती बाहेर पडली.

दरवाजा खट्ट करून बंद झाल्यावर मेसनने डेलाकडे बघितले.

"क्षणार्धात भावनावश होणारी स्त्री!" चुरगळलेल्या वर्तमानपत्राकडे लक्ष वेधत डेला म्हणाली.

"विचार करायला लावणारी स्त्री," मेसन म्हणाला. "डोक्यामधली चक्रं कायम चालू असतात. केसमध्ये काय घडलं ते मी समजावत असताना किती एकाग्र बनलेली होती, बघितलंस तू?"

"तू बोलताना ती तुमच्याकडे कशी बघत होती एवढं कळलं मला." डेला स्ट्रीटने आपले मत सांगून टाकले.

"तिचा चेहरा म्हणजे एकाग्रतेचा नमुना होता. ती सारखे तिचे डोळे वापरत असते."

"आणि ती दरवाजामधून बाहेर जातानाही माझं तिच्याकडे लक्ष होतं." डेला स्ट्रीट म्हणाली. "ती तुमच्याकडे बघत असताना तिची बुद्धी वापरत असेलही, पण तुम्ही तिच्याकडे बघत असताना मात्र ती तिचा कटिप्रदेश बरोब्बर वापरत होती."

"कमाल आहे. तूसुद्धा बघत होतीस?"

"मी बघणार ते तर *तिला माहीतच होतं,* पण ती जे करत होती, ते मात्र खास तुमच्यासाठीच होतं."

७

मेसनचा अनलिस्टेड – टेलिफोन डिरेक्टरीत नोंद नसलेला – फोन वाजला, तेव्हा साडेदहा वाजले होते. डेला स्ट्रीट आणि ड्रेक डिटेक्टिव्ह एजन्सीचा प्रमुख पॉल ड्रेक यांनाच फक्त हा नंबर माहीत होता. "मी घेतो तो." असे डेला स्ट्रीटला सांगत पेरी मेसनने हात लांब करून टेबलावरचा फोन उचलला आणि तो म्हणाला, "हॅलो पॉल!"

निवडणुकीच्या रात्री एखादा निवेदक मतांची संख्या सांगत असावा, तसा पॉल ड्रेकचा आवाज एकसुरी, पण परिणामकारक होता.

"तुला त्या टेड बाल्फोरच्या केसमध्ये कुतूहल आहे पेरी?" तो म्हणाला. "त्या केसमध्ये काही नवीन घटना घडल्या आहेत, त्या मला वाटतं तुला माहीत असलेल्या बऱ्या."

"सर्वप्रथम मला त्या केसमध्ये कुतूहल आहे हे तुला कसं कळलं?" मेसनने विचारले.

"काल ती केस चालू असताना तू न्यायालयात हजर होतास."

"हे तुला कुणी सांगितलं?"

"तसा माझा सगळीकडे संचार असतो." ड्रेक म्हणाला. "ऐक जरा. ही केस जरा चमत्कारिक वाटते. एकूण प्रकार त्याला नसत्या भानगडीमध्ये अडकवण्याचा वाटतो."

"तुझ्या मनात असा विचार का आला?"

"मृतदेहाची ओळख पटली आहे."

"आणि याचा त्याच्याशी काय संबंध?"

"खूपच संबंध आहे."

"आतली बातमी काय आहे ती सांग. कोण होता तो माणूस?"

"जॅक्सन ईगन नावाचा कोणीतरी. स्लीपी हॉलो मोटेलमध्ये जागा घेताना तरी त्याने हे नाव दिलं होतं. त्या दिवशी आधी ड्राईव्ह-युअरसेल्फ एजन्सीकडून गाडी भाड्याने घेतानाही त्याने हेच नाव सांगितलं होतं."

"पुढे बोल." मेसन म्हणाला.

"गाडी भाड्याने देणाऱ्या एजन्सीच्या लोकांनी एकदोन दिवसांनी ती गाडी ताब्यात घेतली. मोटेलसमोरच ती उभी करून ठेवली होती म्हणून मोटेलच्या व्यवस्थापनानेच त्यांना कळवलं होतं. एजन्सीच्या लोकांना अनेक अनुभव येत असतात. कधीकधी माणूस गाडी भाड्याने घेतो, मग त्याचा विचार बदलतो आणि एजन्सीला न कळवता तो निघून जातो. अशा तऱ्हेच्या काही गोष्टी नेहमीच घडत असतात. त्यांना पन्नास डॉलर्सचं डिपॉझिट मिळालेलं असल्याने त्यांनी तीन दिवसांचं भाडं वळतं करून घेऊन उरलेली रक्कम क्रेडिट फंडात टाकून दिली आणि ते गप्प बसले. मोटेलला आगाऊ भाडं मिळालेलं असल्याने त्यांनाही पर्वा नव्हती. त्यामुळे जॅक्सन ईगन नाहीसा झाला होता, हे पोलिसांना कळलं नाही. पोलिसांना मृताची ओळख दैवयोगानेच पटली. त्याच्या चेहऱ्याचा भाग पार खलास झाला होता. आठवतं ना?"

"दैवयोगाने म्हणजे कशी?"

"मृतदेह सापडला तेव्हा कपड्याच्या खिशांमध्ये नेहमीच्या साध्यासुध्या गोष्टी सोडल्या, तर ओळख पटू शकेल असं काही नव्हतं. काही नाणी होती, एक किल्ली होती. किल्लीवर एक कोड नंबर आहे, असं एका पोलिसाच्या लक्षात येईपर्यंत पोलीस खात्यानेही त्या किल्लीकडे विशेष लक्ष दिलं नाही. तो पोलीस ट्रॅफिक स्क्वॉडमधला होता आणि त्याने सांगितलं की, कोड नंबर एका कार रेन्टल एजन्सीचा आहे. पोलिसांनी चौकशी केली आणि अर्थातच ती किल्ली मोटेलसमोर दोन दिवस उभ्या असलेल्या गाडीची होती, हे लक्षात आलं."

"हे सर्व त्यांनी कधी शोधून काढलं?"

"काल सकाळी, जेव्हा न्यायालयामध्ये ट्रायल सुरू होती. पोलिसांना आठ

वाजेपर्यंत ही माहिती कळली असूनही वकिलांची समारोपाची भाषणं सुरू होईपर्यंत प्रॉसिक्यूटरला कोणी काही सांगितलंच नाही. कारण एकच – डिस्ट्रिक्ट ॲटर्नींच्या कार्यालयामधला वेळकाढूपणा. तिथल्या माणसाला वाटलं नाही की, त्यामुळे ट्रायलमध्ये काही फरक पडेल.''

''तरीच आता अनेक लोकांना एकाएकी मला वकीलपत्र देण्याची इच्छा निर्माण झाली आहे.''

''ठीक आहे. मला वाटलं की, ही माहिती कळून घ्यायला तुला आवडेल.''

''लक्ष ठेवून राहा पॉल.'' मेसन म्हणाला. त्याने फोन ठेवून दिला आणि डेला स्ट्रीटला सर्व माहिती दिली.

''आणि या सर्व भानगडींमध्ये तुम्ही नक्की कुठे आहात?'' तिने विचारले.

''नेहमी असतो तिथेच.'' मेसनने उत्तर दिले. ''मध्यभागी. हा सर्व प्रकार बनवाबनवीचा वाटतो. ती हेले साक्षीदार म्हणून पूर्ण खोटंच बोलली. काहीतरी सबळ कारण असल्याशिवाय कुणी खोटं बोलत नाही.''

''आणि मॅरिलिन कीथसारखी मुलगी तसंच कारण असल्याशिवाय ॲकापुल्कोची रजा फुकट घालवत नाही.'' डेला स्ट्रीट म्हणाली.

''आणि मिसेस गुथ्री बाल्फोरसारख्या स्त्रिया ॲटर्नींची विशेष इच्छा नसताना त्याला वकीलपत्र घ्यायलाही भाग पाडत नाहीत.'' मेसनने सांगितले. ''थोडी वाट बघ डेला, काहीतरी घडल्याशिवाय राहणार नाही आता.''

डेला स्ट्रीट मेसनकडे गोड हसत बघत म्हणाली, ''मी तर इथेच वाट बघत थांबणार आहे.''

८

पावणेदोन वाजता मिसेस बाल्फोर पुन्हा मेसनच्या कार्यालयात हजर होती.

''मी टेडची भेट घेतली.'' ती म्हणाली.

मेसनने मान डोलावली.

''माझा तर्क होता तसंच घडलं आहे. टेडला गुंगी आणणारं पेय पाजून बेशुद्ध करण्यात आलं होतं. हे कुणी केलं आणि का ते मला माहीत नसलं, तरी एक गोष्ट नक्की सांगेन.''

''कुठली?''

''तो गाडी चालवत नव्हता.'' ती खात्रीपूर्वक म्हणाली. ''एका तरुण स्त्रीने त्याला गाडीमधून त्याच्या घरी सोडलं. पिंगट रंगाचे दाट केस, लक्ष वेधून घेणारी

चाल, डोकं टेकवण्याचा मोह निर्माण करणारे खांदे, आकर्षक आणि मोहक पोरगी. पार्टीला आलेल्या पाहुण्यांची यादी बघून ती मुलगी कोण होती हे मी बहुधा शोधून काढू शकेन. पार्टी फ्लॉरेन्स इन्गल हिने दिली होती.''

''या मुलीबद्दल तुम्हाला कसं कळलं?''

''बेशुद्ध पडलेला टेड तिच्या खांद्यावर डोकं टेकवून असताना ती गाडी चालवत होती, हे माझ्या मित्राने बघितलं आहे. पार्किंग स्पेसमध्ये ती टेडच्या गाडीत चढत असताना त्याने बघितलं होतं. टेडला बाजूला सरकवून ती ड्रायव्हिंग सीटवर बसली. त्या संध्याकाळी टेडच्या गाडीने कुणाला धडक देऊन उडवलं असेल, तर गाडी ती मुलगीच चालवत होती.''

''आणि हे साधारण किती वाजता घडलं?'' मेसनने विचारले.

''दहा ते अकराच्या दरम्यान कधीतरी.''

''आणि टेड घरी पोहोचल्यावर काय झालं?''

''जी तरुण मुलगी गाडी चालवत होती, तिलाच शोधून ते विचारावं लागेल. घरामध्ये कोणी नोकरचाकर नव्हते. गुथ्री आणि मी आगगाडीने निघण्यापूर्वी निरोपादाखल फ्लॉरेन्स इन्गलकडे पार्टी होती आणि म्हणून मी सर्व नोकरांना रात्री रजा दिली होती. त्यामुळे घरामध्ये कुणीच नव्हतं.''

''दुसऱ्या दिवशी सकाळी टेड आपल्या बेडरूममध्ये होता?''

''तसं दिसतं आहे खरं. त्याने मला सांगितलं की, सकाळी चार वाजून पस्तीस मिनिटांनी तो शुद्धीवर आला. त्याला कोणीतरी वर बेडरूममध्ये नेऊन, कपडे काढून बिछान्यात झोपवलं होतं.''

''किंवा तो स्वत:च कपडे काढून बिछान्यात झोपला असेल.'' मेसन म्हणाला.

''तो स्वत: काही करण्याच्या परिस्थितीत नव्हता.''

''ती मुलगी कोण होती याची काही कल्पना?''

''अजूनतरी नाही. टेडला माहीत नाही किंवा तो सांगत नाही. वाईट चालीची स्त्री असू शकेल.''

मेसनच्या कपाळावर आठ्या चढल्या. तो वैतागल्यासारखा वाटला.

''ठीक आहे, ठीक आहे. मलाही पैशाची मस्ती नाही मिस्टर मेसन. मीदेखील वाममार्गावरून इकडे आले आणि राहिले. विश्वास ठेवा. खूप कष्ट उपसावे लागले. आणि लक्षात ठेवा, तुम्ही माझ्यासाठी काम करता आहात.''

''अजिबात नाही. बिल तुम्ही देत असलात, तरी माझा अशील वेगळा आहे.''

''चिडू नका.'' त्याचा राग शांत करण्यासाठी गोड हसत ती म्हणाली. ''हाऊलॅन्डच्या पूर्ण फीचा चेक मी टेडला लिहायला लावला. मी हाऊलॅन्डला स्पष्ट शब्दांत सांगितलं की, या केसच्या संदर्भातल्या पुढच्या सर्व कायदेशीर बाबी मिस्टर

पेरी मेसन यांनीच हाताळाव्यात अशी माझी आणि गुथ्री बाल्फोरची इच्छा आहे."

"मग हाऊलॅन्ड त्यावर काय म्हणाला?"

"हाऊलॅन्डने मोठ्याने हसून विचारलं की, 'तू मेक्सिकोहून कधी परत आलीस' असा प्रश्न विचारला, तर ते योग्य ठरेल का म्हणून. मी सांगितलं की, तो प्रश्न योग्य आहे की अयोग्य हे मला माहीत नाही, पण त्यात गुप्त असं काही नाही. मी मेक्सिकोहून पकडलेलं विमान मध्यरात्रीनंतर अर्ध्या तासाने इथे पोहोचलं. त्यावर पुन्हा हसून तो उद्‌गारला की, ते जर चोवीस तास आधी पोहोचलं असतं, तर जितका वेळ त्याला टेडचं प्रतिनिधित्व करण्याची संधी मिळाली, तेवढा वेळही त्याला मिळाला नसता."

"रागावला?"

"अजिबात नाही. त्याने सर्व मजेत घेतलं. म्हणाला की, केस संपली आहे. केसबद्दल त्याला जितकी माहिती आहे तेवढीच तुम्हाला असेल, तर तुम्हीदेखील म्हणाल की, त्याने रचलेले डावपेच उत्कृष्ट होते."

"कोणत्या दृष्टीने असं काही म्हणाला तो?"

"तसं काही स्पष्ट म्हणाला नाही, पण त्याने तुमच्यासाठी माझ्याजवळ एक पत्र दिलं आहे."

तिने पत्र उघडून त्याच्या टेबलावर ठेवले. पत्र त्यालाच लिहिलेले होते.

प्रिय काऊन्सेलर,

आता मला खरा प्रकाश दिसायला लागला आहे. न्यायालयात घालवलेला वेळ सत्कारणी लागला तर! काळजी नको. मला राग नाही. सरकार विरुद्ध टेड बाल्फोर या केसमध्ये आता माझी काही जबाबदारी शिल्लक नाही. मिळालेल्या फीबद्दल मी समाधानी आहे आणि केसच्या निर्णयाबद्दलही. माझी तीच योजना होती. यापुढे बाल्फोर कुटुंबाची जबाबदारी सर्वस्वी तुझ्यावर आहे. त्यांना मी थोडा रांगडा आणि उद्धट वाटलो असेन. फीवरून तसे दिसत नसले, तरी मला वाटते की, मी केलेल्या कामाची त्यांना कदर नाही. आता कुठल्याही गोष्टीवर सोनेरी मुलामा द्यायला किंवा गुलाबी रंग चढवायला तू मोकळा आहेस. एकच गोष्ट ध्यानात ठेव – नाव पाण्यात लोटायच्या आधी पाण्याचे तापमान बघणे श्रेयस्कर असते.

माझ्या सदिच्छा तुझ्या पाठीशी आहेत.

मॉर्टिमर डीन हाऊलॅन्ड

"खास पत्र आहे!" मिसेस बाल्फोरच्या हातात ते ठेवत तो म्हणाला.

"आहे खरं!" वाचून ते पेरी मेसनला परत करत ती म्हणाली.

"आता मी काय करावं असं वाटतं तुम्हाला?" मेसनने विचारले.

"मला हवी असलेली पहिली गोष्ट म्हणजे तुम्ही ॲडिसन बाल्फोरची भेट घ्या. ते बिछान्यात असतात. कधी उठण्याची शक्यता नाही. तेव्हा तुम्हालाच त्यांच्याकडे जाणं भाग आहे."

"पण ते माझी भेट घेतील का?"

"घेतील. मी मुलाखतीची वेळ ठरविण्यासाठी फोन केला आहे."

"कधी?"

"अर्ध्या तासापूर्वी. वेळ मात्र तुमच्या सवडीची असेल. सुप्रसिद्ध पेरी मेसनची भेट घ्यायला मिस्टर ॲडिसन बाल्फोरना आनंदच होईल."

मेसन डेला स्ट्रीटकडे वळला. "ॲडिसन बाल्फोरच्या सेक्रेटरीला फोन कर. आज दुपारी तीन वाजता भेटीची वेळ मिळेल का विचार."

१

दोनेक वर्षांपूर्वी डॉक्टरांनी ॲडिसन बाल्फोरला सुचवले होते की, आता त्याने धावपळ जरा कमी केली असती, तर त्याच्या प्रकृतीच्या दृष्टीने ते बरे ठरले असते. त्यामुळे या बड्या उद्योजकाने आपले खाजगी कार्यालय आपल्या निवासस्थानात हलवले होते.

नंतर डॉक्टरांनी जेव्हा त्याला स्पष्टपणे जाणीव करून दिली की, त्याच्या आयुष्याचे फार तर सहा महिनेच शिल्लक होते, तेव्हा त्याने आपले कार्यालय स्वत:च्या बेडरूममध्येच हलवले.

सरळ सरळ मृत्यूची शिक्षा मिळालेली असूनही तो तसाच शीघ्रकोपी आणि कधी काय करेल याचा नेम नसणारा लढवय्याच राहिला होता. रोगाने त्याचे शरीर पोखरले असले, तरी मन कणखर होते.

दार उघडायला आलेल्या नोकराला मेसनने आपले नाव सांगितले.

"मिस्टर मेसन, तुम्हाला सरळ वर यायला सांगितले आहे. मिस्टर बाल्फोर तुमची वाट बघत आहेत. डावीकडल्या पायऱ्या प्लीज."

ओकच्या लाकडाच्या रुंद पायऱ्या चढत मेसन दुसऱ्या मजल्यावर पोहोचला. 'ऑफिस' अशी पाटी असलेल्या आणि उघड्याच असलेल्या दरवाजातून आत शिरला. आतमध्ये टाइपरायटर्सचा खडखडाट ऐकू येत होता.

दोन स्टेनोग्राफर्स काम करत होत्या. खोलीच्या आतल्या बाजूला एक टेलिफोन

ऑपरेटर स्विचबोर्ड सांभाळत होती.

एका टेबलाजवळ दरवाजाच्या दिशेने तोंड करून मॅरिलिन कीथ बसलेली होती. तिला कधी बघितलेलेही नसावे अशा थाटात शांतपणे तो उद्‌गारला, "गुड आफ्टरनून! मी मेसन. माझी मिस्टर ॲडिसन बाल्फोरशी भेट ठरली आहे."

"एक क्षण थांबा मिस्टर मेसन. तुम्ही आला आहात असं मी सांगते त्यांना."

दुसऱ्या एका उघड्या दरवाजामधून ती आत गेली आणि ताबडतोब बाहेरही आली.

"मिस्टर बाल्फोर तुम्हाला आत भेटतील मिस्टर मेसन." ती म्हणाली. पाठ झालेले शब्द! ते पुन्हा पुन्हा इतक्या वेळा आणि वेगवेगळ्या परिस्थितीत बोलले गेले होते की, त्या शब्दांचा अर्थच नाहीसा झाला होता. "मिस्टर बाल्फोर यांची प्रकृती ठीक नसते मिस्टर मेसन. सध्या ते बिछान्याला खिळूनच असतात. त्यांना त्यांच्या आजाराबद्दल कुणाशीही बोलायला आवडत नाही. परिस्थिती कोणत्याही तऱ्हेने वेगळी नाही आणि मिस्टर बाल्फोर यांना तुम्ही त्यांच्या ऑफिसमध्ये भेटता आहात असंच वागा, पण ते आजारी आहेत लक्षात घेऊन भेट लवकरात लवकर आटोपती घ्यायचा प्रयत्न करा.

"आता तुम्ही आत गेलात तरी चालेल."

मेसनना घेऊन ती आत शिरली आणि एका पॅसेजमधून पुढे होत जड असा ओक लाकडाचा दरवाजा तिने उघडला.

बिछान्यावर उशीला टेकून बसलेला माणूस रंग नसलेल्या मेणाच्या पुतळ्यासारखा वाटत होता. गालफडे वर आलेली, चेहरा सुकलेला, डोळे खोल गेलेले. तो खूप आजारी होता याबद्दल शंकाच नव्हती; पण त्याची हनुवटी आणि ओठांची ठेवण बघितली की, तो हार मानणारा माणूस नव्हता, हे लक्षात येत होते.

"आत या मिस्टर मेसन." तो एकसुरी आवाजात उद्‌गारला. आवाजात कोणत्याही तऱ्हेची भावना दर्शवण्याची ताकद त्याच्याकडे नव्हती. "इथे बेडवर बसा. टेडला शिक्षा झाली आहे, असं काहीतरी कानावर आलं आहे. नक्की काय प्रकार आहे?"

"तुमच्या पुतण्याचं वकीलपत्र घेतलेल्या ॲटर्नीची समजूत होती की, प्रकरण तातडीने मिटवायचं असेल, तर डिस्ट्रिक्ट ॲटर्नीच्या ऑफिसशी समझोता केलेला बरा."

"इथे कुणाला आणि कसली एवढी घाई लागली होती?" बाल्फोरने त्याच आवाजात विचारले.

"तोच मार्ग चांगला, असं तुमच्या पुतण्याच्या ॲटर्नीला तरी वाटत होतं."

"आणि तुम्हाला काय वाटतं?"

"माहीत नाही."

"शोध घ्या मग."

"घेणारच आहे."

"शोधल्यावर परत या."

"ठीक आहे." म्हणत मेसन उठला.

"थांबा जरा, अजून निघू नका. आता *मला तुम्हाला काही सांगायचं आहे.* जवळ या आणि नीट ऐका. मध्ये अजिबात बोलू नका."

मेसनने वाकून त्याच्या ओठांपासून काही इंचांवर कान आणला.

"मी डोर्लाला – म्हणजे गुथ्रीच्या बायकोला – सांगितलं होतं की, टेडने त्याच्या गाडीच्या बाबतीत काही भानगड केली, तर मी त्याचा वारसाहक्क रद्द करेन. ती अर्थातच एक थाप होती.

"टेड हा बाल्फोर आहे. बाल्फोरचं नाव लावतो आहे. तोच ते नाव पुढे चालवणार आहे. बाल्फोर नाव नसलेला कोणीतरी बाल्फोर अलाईड असोसिएट्स चालवतो आहे, ही कल्पनासुद्धा मनाला असह्य होते. मला टेडने लग्न करायला हवं आहे, त्याला मुलं झालेली हवी आहेत. बाल्फोर नाव लावणाऱ्या, त्यांचे स्वभावविशेष असणाऱ्या कुणातरी मुलाच्या हातात त्याने बाल्फोर उद्योगाचा पसारा सोपवायला हवा आहे. लक्षात येतं आहे ना तुमच्या?"

मेसनने मान डोलावली.

"पण बाल्फोर उद्योगांचा प्रमुख म्हणून टेडला त्याची कर्तव्यं आणि जबाबदाऱ्या कळल्या आहेत, याची मला खात्री हवी आहे."

मेसनने पुन्हा मान डोलावली.

ॲडिसन बाल्फोर जणूकाही दम खाण्यासाठी थोडा वेळ थांबला.

मग त्याने दीर्घ श्वास घेतला, सोडला आणि म्हणाला, "बाल्फोर्स कुठलीही तडजोड करत नाहीत मिस्टर मेसन. ते नेहमी लढतात."

मेसन थांबला.

"अनेक वेळा तडजोड करून तुम्ही केस जिंकता. चांगली गोष्ट आहे. एखाद्या बाबतीत टोकाची भूमिका घेण्यापेक्षा तडजोड करून फायदा होतही असेल." बाल्फोर म्हणाला.

"पण आयुष्यभर हा मार्ग चोखाळता येत नाही.

"एकदा का लोकांना कळलं की, कठीण परिस्थिती आल्यावर तुम्ही पड खाऊन तडजोड स्वीकारता, तर ते तुम्हाला नेहमीच तशा कोंडीत अडकवण्याचा प्रयत्न करतील. लोक काही मूर्ख नसतात. उद्योजक ज्यांच्याशी व्यवहार करतात, त्यांची ताकद आणि मनाची कुवत जाणून असतात. बाल्फोर्स तडजोड करत नाहीत.

"आमची बाजू योग्य असेल, तर आम्ही लढणारच आणि एकदा लढायला सुरुवात केली की, शेवटपर्यंत मागे हटणार नाही.

"माझ्या म्हणण्याचा अर्थ लक्षात येतो आहे मेसन?"

मेसनने मान डोलावली.

"नेहमी तडजोड करणारे अशी आमची प्रसिद्धी व्हायला आम्हाला नको आहे." बाल्फोरने पुढे बोलणे चालू केले. "कट्टर लढवय्ये अशीच आमची प्रतिमा असायला हवी. टेडने हा धडा शिकायलाच हवा.

"गुथ्रीच्या बायकोला जेव्हा मी सांगितलं होतं की, टेडने त्याच्या गाडीला गंभीर अपघात केला आणि त्याला शिक्षा झाली, तर मी त्याचा वारसाहक्क रद्द करेन, तेव्हा ती भयंकर घाबरली होती. तिचा डोळा पैशांवर आहे. तुमचं काय मत आहे तिच्याबद्दल?"

"त्यांच्याबद्दल बोलण्याच्या परिस्थितीत मी नाही." मेसनने उत्तर दिले.

"का?"

"त्या थोड्याफार माझ्या अशिलाच्या जागी आहेत."

"तिचा विचार सोडा. टेड बाल्फोर तुमचा अशील आहे. ती तुमची अशील आहे, असं तुम्ही का म्हणता आहात? तिचं प्रतिनिधित्व तिने तुम्हाला करायला सांगितलेलं नाही ना?"

"टेड बाल्फोरसाठी त्यांनी फी दिली आहे."

"केवळ गुथ्रीने सांगितलं म्हणून. तिने चेकवर कशी सही केली?"

"तुमच्या भावाचं नाव – गुथ्री बाल्फोर पर डोर्ला बाल्फोर."

"वाटलंच मला, तिच्या पैशामधला एक सेन्ट देणार नाही ती तुम्हाला. तिच्याकडे किती पैसे आहेत देवच जाणे! तिने गुथ्रीला पार पिळून काढलं आहे. ठीक आहे ते. ती काळजी गुथ्रीने करावी.

"पैसा ही फार विचित्र गोष्ट आहे मेसन. तो खाता येत नाही, अंगावर घालता येत नाही. फक्त खर्च करता येतो. तेवढ्याचसाठी असतो तो.

"गुथ्रीला सुंदर स्त्री हवी होती. त्याच्याकडे पैसा होता. त्याने एक विकत घेतली; पण माणसं म्हणजे माल नव्हे. पैसे मोजून विकत घेतली, तरी ती तुमची राहतीलच असं नाही. माझं वैयक्तिक मत विचारशील, तर माझा तिच्यावर काडीमात्र विश्वास नाही. मला काय म्हणायचं आहे, ते लक्षात येतं आहे ना मेसन?"

"तुमचा मुद्दा ध्यानात येतो आहे माझ्या."

"मग लक्षात ठेवा तो. माझी इच्छा आहे की, टेडने लढलं पाहिजे. सकाळची वर्तमानपत्रं वाचल्यावर माझं डोकंच फिरलं होतं. मीच तुम्हाला बोलावणं धाडणार होतो; पण डोर्लाने माझ्या सेक्रेटरीला फोन करून सांगितलं की, तिने तुम्हाला टेडचं

वकीलपत्र दिलं आहे. तुमचा आता काय विचार आहे मेसन?''

''माहीत नाही.''

''तर मग जा आणि लढायला तयार व्हा. तुम्हाला फीची आगाऊ रक्कम मिळाली आहे?''

''पहिल्या क्षणी फारच मोठी वाटेल इतकी.''

''आता काय वाटतं?''

''पुरेशी आहे.''

''काहीतरी नवीन घडलं आहे?''

''या केसच्या बाबतीत काही वेगळीच माहिती मिळते आहे.''

''सर्व जबाबदारी आता तुमची आहे. तेव्हा कामाला लागा. दुसऱ्या कुणाचं ऐकायची तुम्हाला गरज नाही. इतर फौजदारी वकिलांसारखं फक्त आपल्या अशिलाला सोडवणं हे तुमचं ध्येय नसतं. तुम्ही नेहमी सत्य शोधायचा प्रयत्न करता. मला अगदी तेच हवं आहे.

''बाल्फोरची चूक असेल, तर दिलगिरी व्यक्त करून तो चुकीची भरपाई करेल. त्याची बाजू बरोबर असेल, तर तो शेवटपर्यंत लढा देईल. जा आणि लढायला सुरुवात करा.

''टेडचा वारसाहक्क रद्द करायचा माझा अजिबात विचार नाही, हे तुम्ही डोर्लाला सांगू नका. टेडलाही सांगू नका. टेडला लवकरच धंद्यात लक्ष घालावं लागणार आहे. बाल्फोर बनावं लागणार आहे. आत्ता तो बाल्फोर नाही. तो लहान आहे, तरुण आहे, अननुभवी आहे. अजून तावूनसुलाखून निघालेला नाही.

''या अनुभवामधून तो बरंचकाही शिकणार आहे. लढल्याशिवाय काही लाभत नाही, हा धडा घेणार आहे. तो बापाच्या पैशावर आयुष्य काढू शकत नाही, हे शिकणार आहे. त्याला जरा घाबरवून सोडलंत तरी चालेल, पण लढायला शिकवा.

''आणखी एक गोष्ट सांगतो मेसन, डोर्लावर विश्वास ठेवू नका.''

मेसन गप्प बसला.

''मग? काय म्हणतो आहे मी?'' बाल्फोरने फटकळपणे विचारले.

''ऐकलं आहे मी.'' मेसन उत्तरला.

''डोर्लावर विश्वास ठेवू नका. तिला फार मिजास आहे. चांगल्या घराण्यामधून आलेली माणसंच कशी नेहमी मोठ्या मनाची, सहिष्णू, दुसऱ्याला समजून घेणारी असतात हे तुमच्या कधी लक्षात आलं आहे का? आणि या उलट पैशाशिवाय काही नसणारी आणि तोदेखील स्वकष्टाने मिळवलेला नसणारी माणसं कशी उद्धट आणि असहिष्णू वृत्तीची असतात ते! डोर्लासारखी! मीदेखील बऱ्याच स्त्रिया बघितल्या आहेत, पण डोर्लासारखी आकर्षक कुणीही नाही. काय शरीरयष्टी

आहे! काय बांधा आहे!

"तिला कमी लेखायची चूक करू नका मेसन. फार हुशार आहे. तिची नजर मोठ्या घबाडावर आहे आणि गुथ्री अजून स्वप्नातून जागा झालेला नाही. ठीक आहे. झोपू दे त्याला. त्यासाठीच पैसा मोजला आहे त्याने. जोपर्यंत तो त्याच्या स्वप्नात मश्गूल आहे तोपर्यंत त्याला मुद्दाम हलवून कठोर वास्तवाला कशाला तोंड द्यायला लावायचं?

"गुथ्रीने डोर्लाशी लग्न केलेलं नाही. डोर्लाच्या आवरणाखाली त्याला हवी आहे तशी स्त्री तो शोधतो आहे. ती त्याच्या स्वप्नामधलीच आहे, खरी नाही. त्याच्या मनाची निर्मिती!

"तो स्वप्नातून जागा झाला की, फ्लॉरेन्स इन्गलशी लग्न करेल आणि खरोखर सुखी होईल. आत्ता तो स्वप्नामध्येच जगतो आहे, चालतो आहे. त्याला उठवायचा प्रयत्न करू नका.

"माझे फार थोडे दिवस राहिले आहेत. मी टेडचा सांभाळ करू शकत नाही. टेडच्या कुटुंबाच्या मृत्यूनंतर गुथ्री आणि त्याच्या पत्नीने त्याला वाढवलं. मग गुथ्रीची पत्नी मरण पावली. त्याने लिलावात ही लावण्यवती विकत घेतली. त्याला वाटलं होतं त्याची तीच गरज आहे.

"त्याने टेडकडे दुर्लक्ष केलं, तर मी त्याला धारेवर धरेन, हे त्याला माहीत आहे. डोर्लाचा टेडवर चांगला प्रभाव पडणार नाही. तिचा कुणावरही चांगला प्रभाव पडणार नाही; पण ती हुशार आहे! अतिशय हुशार आहे!

"स्वत:चा बचाव करायची पाळी आली, तर ती दुसऱ्याला अडकवल्याशिवाय राहणार नाही. ती तसं करू शकणार नाही, असा विचारही मनात आणू नका.

"गुथ्रीने तुमची फी दिली असली, तरी त्याला बिलं पाठवायची तसदी घेऊ नका. ती बाल्फोर अलाईड असोसिएट्सला पाठवा. तुम्हाला जी रक्कम हवी असेल, ती देण्याची मी खजिनदाराला सूचना देऊन ठेवतो. तुमची कीर्ती मी ऐकून आहे. तुम्ही फसवणार नाही, अशी माझी खात्री आहे. तुम्हालाही माझी प्रसिद्धी माहीत असणारच. जास्ती पैसे लावलेत, तर ती तुमच्या आयुष्यातली फार मोठी चूक ठरेल. सध्या एवढंच मेसन. मी आता जरा झोपतो. काहीही झालं, तरी मला अर्धा तास उठवायचं नाही, असं माझ्या सेक्रेटरीला सांगा. हात मिळवू नका. मला खूप दम लागतो. बाहेर पडताना दरवाजा लावून घ्या. गुडबाय!"

ॲडिसनने डोके मागे उशीवर टेकले. फिकटलेल्या निळ्या डोळ्यांच्या पापण्या मिटल्या.

मेसन आवाज न करता बाहेर पडला.

मॅरिलिन कीथ दरवाजाच्या दुसऱ्या बाजूला वाट बघत थांबली होती. "कृपा

करून या बाजूने या मिस्टर मेसन!'' ती त्याला म्हणाली.

तिच्या मागोमाग दुसऱ्या खोलीमध्ये गेल्यावर त्याने तिला बाल्फोरचा निरोप दिला. मॅरिलिनने एका टेबलाकडे आणि फोनकडे बोट दाखवले.

''बाल्फोरची कुणी भेट घेत असताना त्यांचे फोन आत न देण्याची आम्हाला सक्त ताकीद आहे.'' ती म्हणाली. ''मिस स्ट्रीटचा फोन आला होता. अत्यंत तातडीच्या कामासाठी त्यांनी तुम्हाला ताबडतोब फोन करायला सांगितलं आहे.''

''तिने दुसरा काही निरोप ठेवला आहे?'' मेसनने विचारले.

मॅरिलिन कीथने नकारार्थी मान हलवली.

मेसनने आपल्या कार्यालयाचा अनलिस्टेड फोन नंबर फिरवला.

डेला स्ट्रीटचा आवाज येताच त्याने विचारले, ''बोल डेला, काय झालं?''

''पॉल इथे आलेला आहे.'' तिने उत्तर दिले. ''त्याला तुमच्याशी बोलायचं आहे. तुम्ही बोलू शकाल अशा ठिकाणी आहात का?''

''चालण्यासारखं आहे.''

''एकटेच आहात?''

''नाही.''

''मग बोलाल ते संभाळून बोला. मी त्याला फोन देते. तुम्हाला काळजी घेऊन बोलावं लागेल, हे सांगते त्याला.''

क्षणभराने पॉलचा आवाज कानावर पडला. ''हॅलो पेरी.''

''हाय!'' मेसन म्हणाला. त्याने ड्रेकचे नाव घेतले नाही.

''बाल्फोरच्या केसमध्ये झपाट्याने घटना घडत आहेत.''

''काय?''

''त्यांनी प्रेत उकरून काढायची परवानगी मिळवली आहे.''

''पुढे बोल.''

''सकाळी गुप्तपणे त्यांनी ते काम केलं.''

''बोलत राहा.''

''गाडीचा मागोवा घेत पोलिसांनी मोटेलमध्ये चौकशी केली आणि नंतर घाईघाईने पावलं उचलली. त्यांना कळलं की, एकोणीस तारखेच्या रात्री मोटेलमधल्या कुणीतरी गोळी झाडल्याचा आवाज ऐकला होता. त्यांनी शव खणून काढलं. कॉरोनरने डोक्याची कवटी उघडली. आधी ही गोष्ट त्याने केली नव्हती.''

''केली नव्हती?''

''नाही. डोकं इतकं चेचलं गेलं होतं की, त्याने तपासणी केली नव्हती.''

''ठीक आहे. पुढे?''

''कवटी उघडल्यावर त्यांच्या लक्षात आलं की, तो गाडीमुळे झालेला अपघात

नव्हताच म्हणून.''

''म्हणजे काय म्हणायचं आहे तुला?''

''एका छोट्या कॅलिबरच्या, पण ताकदवान गोळीने त्या माणसाला ठार मारलं होतं.''

''त्यांची तशी खात्री पटली आहे?''

''नक्कीच! गोळी अजूनही आत अडकलेली आहे. बारीकसं भोक केसांखाली झाकलं गेलं होतं आणि पहिल्या वेळी कॉरोनरच्या ते लक्षात आलं नाही. आणि पेरी, त्या वेळी दारू पिऊन गाडी हाकणाऱ्याने रस्त्याने चालणाऱ्या कुणा भटक्याला दिलेली धडक या दृष्टीनेच ते प्रकरणाकडे बघत होते.''

''आणि आता?''

''आणि आता काय?'' पॉल ड्रेक म्हणाला, ''मी चित्रच काढायला हवं का? तो आता फर्स्ट डिग्री मर्डर – खून – आहे.''

''ठीक आहे, कामाला लाग.''

''तुला काय हवं आहे पेरी?''

''सर्वकाही. भेटलो की चर्चा करू, पण तोपर्यंत कामाला लागच.''

''काही मर्यादा?''

''अजिबात नाही.''

''ठीक आहे. करतो सुरुवात.''

फोन ठेवून मेसन मॅरिलिन कीथकडे वळला.

''माझ्याबद्दल कुणाला काही सांगितलं आहे?'' तिने विचारले.

''नाव घेऊन नाही.''

''प्लीज सांगू नका.''

''मी आता या केसमध्ये गुंतलो आहे.''

''मला माहीत आहे.''

''वाटली होती त्यापेक्षा जास्तीच भानगडीची केस दिसते आहे.''

''माहीत आहे.''

''मी टेडचं प्रतिनिधित्व करतो आहे.''

''अर्थातच!''

''त्याचा अर्थ तुझ्या लक्षात येतो आहे?''

''काय?''

''गाडी खरोखरच कोण चालवत होतं, ते एखादे वेळी मला दाखवावं लागेल.''

मिनिटभर विचार करून मेसनच्या नजरेला नजर भिडवून ती म्हणाली, ''काहीच

हरकत नाही मिस्टर मेसन. टेडला मदत होईल अशी कुठलीही गोष्ट केली तरी चालेल.''

"तुझी कल्पना आहे त्यापेक्षा ही केस फार वेगळी ठरण्याची शक्यता आहे.'' मेसनने तिला सांगितले. "मला काही सांगायची तुझी इच्छा आहे?''

"गाडी मी चालवत होते,'' ती म्हणाली.

"आणि म्हणून तू मला भेटायला आली होतीस?''

"नाही.''

"मग कशासाठी?''

"टेडसाठी. मिस्टर मेसन, कृपा करून त्याला काही होऊ देऊ नका आणि मी फक्त गाडीबद्दल बोलत नाही. म्हणजे... अनेक गोष्टी आहेत.''

"उदाहरणार्थ?''

"टेडवर नको त्या गोष्टींचा परिणाम होतो आहे. त्या त्याच्यासाठी चांगल्या नाहीत.''

"का?''

"मी सर्वकाही तुम्हाला सांगू शकत नाही.'' ती म्हणाला. "मिस्टर ॲडिसन बाल्फोर चांगला माणूस आहे; पण वृद्ध आहे, आजारी आहे, कठोर आहे. आयुष्याकडे तो एक लढाई अशा दृष्टीने बघतो. त्याने कधीच लग्न केलं नाही. आज त्याला त्या गोष्टीचा खेद होतो आहे. खूप प्रेम वगैरे गमावलं म्हणून नाही, तर बाल्फोर उद्योग चालविण्यासाठी मुलगा नाही म्हणून.

"टेडला त्याला दुसरा ॲडिसन बाल्फोर बनवायचं आहे. कठोर, दुराग्रही, लढवय्या!

"टेड तरुण आहे. त्याची दृष्टी स्वच्छ आहे. ॲडिसन बाल्फोरपेक्षा त्याच्या कल्पना सरळ आहेत. त्याला आयुष्यातल्या सुंदर गोष्टीही बघता येतात. सूर्यास्त, हिरव्यागार टेकड्या, वसंत ऋतूमधला सूर्यप्रकाश, प्रत्येक गोष्टीमधलं सौंदर्य त्याला दिसत असतं आणि त्याचा आनंद तो लुटत असतो. ॲडिसन बाल्फोरप्रमाणे त्याचं यांत्रिक आणि कठोर योद्ध्यात रूपांतर करणं, ही फार दु:खद गोष्ट ठरेल.''

"दुसऱ्या कुठल्या गोष्टींचे परिणाम?'' मेसनने विचारले.

"आहेत.''

"कोणत्या?''

"सौंदर्याचा परिणाम.''

"मला वाटतं, आताच तर तू म्हणालीस की, त्याने सौंदर्याचा आनंद लुटावा म्हणून.''

"खऱ्याखुऱ्या सौंदर्याचा, खोट्या नव्हे.''

"आणि हे खोटं सौंदर्य कुणाचं आहे?''

"डोर्ला."

"म्हणजे काकांशी लग्न करून तिचा पुतण्यावर डोळा आहे, असं म्हणायचं आहे तुला?"

"मोठे डोळे आहेत तिचे." मॅरिलिन कीथ म्हणाली. "मिस्टर मेसन, माझी मनापासून इच्छा आहे की, तुम्ही सर्व अशा तऱ्हेने हाताळाल की... की टेडला स्वत:चं व्यक्तिमत्त्व स्वत:च घडवायची संधी लाभेल. ॲडिसन बाल्फोरसारखं कठोर बनायला त्याला नंतर भरपूर वेळ आहे आणि नंतर बऱ्याच काळाने स्त्रियांबद्दल भ्रमनिरास व्हायलाही.

"आणि गुथ्री बाल्फोरच्या मनात आलं की, टेड आणि डोर्ला... तुम्ही वकील आहात मिस्टर मेसन. जग कसं असतं चांगलंच माहीत आहे तुम्हाला."

"तू जे चित्र रंगवते आहेस किंवा जो इशारा करते आहेस... परिस्थितीच पालटेल."

"तुमचे हे दोन शब्द म्हणजे कमीत कमी शब्दांत जास्तीत जास्ती आशय व्यक्त करणारी नमुनेदार कलाकृती ठरावी आणि बॅनर बोल्सशी भेट तर अजून झालेलीच नाही."

"तो कोण आहे?"

"तो बाल्फोर समूहाचा ट्रबल शूटर आहे – उद्योगाच्या किंवा बाल्फोर कुटुंबीयांच्या बाबतीत कुठल्याही तऱ्हेची भानगड निर्माण झाली, तर तिचं निराकरण करणारा माणूस आहे. तो घातकी आहे, अत्यंत हुशार आहे. त्याला बोलावणं पाठवलं की, तो सर्व चित्रच बदलून टाकतो. सत्याचा इतका विपर्यास करतो की, सुरुवात कशाने झाली आणि आता आपण कुठे आहोत हे कळेनासं व्हावं. मिस्टर मेसन, मला खरंच खूप भीती वाटते आहे."

"स्वत:बद्दल?"

"नाही, टेडबद्दल."

"या सर्व प्रकरणात तूदेखील एखादे वेळी मुक्त राहू शकणार नाहीस." मेसन दयाळूपणे म्हणाला. "आता टेडचं प्रतिनिधित्व करताना तुला या भानगडीत खेचणं मला भाग पडू शकेल."

"टेडला मदत होणार असेल, तर तेही करा मिस्टर मेसन."

"तू त्याला गाडीमधून घरी सोडलं होतंस हे माहीत आहे त्याला?"

"माहीत असेल, तरी त्याने तसं दर्शवलेलं नाही."

"काय झालं होतं?"

"फ्लॉरेन्स इन्गलच्या घरामागच्या पार्किंग स्पेसमध्ये तो होता. तो दारू प्यायलेला नव्हता, आजारी होता. मला माहीत होतं की, त्या स्थितीत तो गाडी चालवू शकणार नव्हता. तो गाडी मागे घ्यायचा प्रयत्न करत होता, पण धड बसूही शकत नव्हता."

"तू बोललीस त्याच्याशी?"

"मी त्याला फक्त बाजूला सरकायला सांगितलं आणि गाडी चालवत त्याच्या घरी नेऊन सोडलं."

"त्या वेळी काय घडलं?"

"शेवटी शेवटी तो सारखा माझ्या अंगावर पडत होता आणि गाडी चालवता यावी म्हणून मी त्याला बाजूला ढकलत होते. कधी तो स्टिअरिंग व्हीलवरही यायचा. मला वाटतं की, सिकॅमोर रोडवर गाडी वाकडीतिकडी चालवली गेली, पण मला खात्री आहे की, मी कुणालाही धडक दिली नव्हती. असू दे. मिस्टर मेसन, मला खरोखरच *तसं वाटत नाही.* मी रस्ता बघून गाडी चालवत होते. म्हणजे तसा प्रयत्न तरी करत होते; पण तो माझ्या अंगावर कलंडून चाक पकडायचा प्रयत्न करायचा. मी थांबायला हवं होतं, पण थांबले नसले, तरी मी गाडी वेगाने चालवत नव्हते."

"तूच त्याला बिछान्यात झोपवलंस?"

"त्यासाठी भयानक कष्ट पडले. तो लटपटत असताना मी धडपडत वरती त्याला त्याच्या बेडरूममध्ये घेऊन गेले. त्याचे शूज काढले. घरात कोणी नोकर आहे का बघायचा मी प्रयत्न केला, पण कोणी दिसलं नाही."

"त्या वेळी किती वाजले होते?"

"मिर्टल हेलेने सांगितलेल्या वेळेच्या खूप आधी."

मेसन विचारात पडला. "आणि तू कशी घरी गेलीस? तू टॅक्सी मागवली असशील, तर आपण एखादे वेळी ड्रायव्हरला शोधू शकू आणि वेळेबाबत...."

"मी टॅक्सी मागवली नाही मिस्टर मेसन. मला भीती वाटत होती की, ती गोष्ट टेडला नाहक अडचणीत आणेल... तरुण मुलगी... एकटीच घराबाहेर पडते आहे... नोकरचाकर नाहीत... मी हायवेपर्यंत चालत गेले. मला लिफ्ट देणाऱ्या माणसाला घरी चालत जाण्याबद्दल कथा सांगितली."

मेसनने रोखूनच तिच्याकडे बघितले.

"कोणत्याही तरुण स्त्रीने त्या घराबाहेरून रात्री साडे-दहा, अकरा वाजता टॅक्सी न बोलावण्याचं कुठलंही कारण मला दिसत नाही."

"तुमच्या लक्षात येत नाही?" तिने काकुळतीने विचारले. "मी कोणी अशीतशी तरुण स्त्री नाही. मी ॲडिसन बाल्फोरची खाजगी सेक्रेटरी आहे. त्याच्या मृत्युपत्रात काय लिहिलं आहे, ते मला माहीत आहे. मी टेडमध्ये गुंतले आहे... त्याच्या बेडरूममध्ये गेले होते... असा संशय जरी त्याला... प्लीज मिस्टर मेसन, माझ्यावर विश्वास ठेवा आणि ही गोष्ट गुप्त ठेवा.

"आता मला निघायला हवं. इतर मुलींना संशय यायला नको. मी फक्त तुम्हाला फोन वापरू द्यायचा होता. तुम्ही फोन ठेवून किती वेळ झाला आहे, हे

स्विचबोर्ड ऑपरेटरला माहीत आहे. गुड बाय मिस्टर मेसन.''

ॲडिसन बाल्फोरच्या निवासस्थानातून बाहेर पडल्यावर पहिल्याच टेलिफोन बूथशी थांबून मेसनने पॉल ड्रेकला फोन केला. ''आता मी बोलू शकतो पॉल. तुझ्यासाठी पहिलं काम म्हणजे टेड बाल्फोरला शोध आणि त्याला कोणीही भेटू शकणार नाही, अशा ठिकाणी घेऊन जा. तो भेटताक्षणी मला फोन कर आणि....''

''सावकाश! सावकाश!'' पॉल ड्रेक म्हणाला. ''धीराने घे. आता हा साधा खेळ राहिलेला नाही. प्रत्येकाने आपलं सर्वस्व पणाला लावलं आहे. जिंकेल तो सर्व घेऊन जाईल. बाकीचे पार धुळीला मिळतील.''

''म्हणजे? काय म्हणायचं आहे तुला?''

''ऑटॉप्सी करणाऱ्या – शवाची उत्तर तपासणी करून मृत्यूचं कारण शोधणाऱ्या शल्यविशारदाने पिस्तुलाच्या गोळीबाबत आपला प्राथमिक निष्कर्ष फोनवर देताच पंधरा मिनिटांत पोलिसांनी टेडला आपल्या ताब्यात घेतलं आहे.''

''त्यांनी त्याला कुठे ठेवलं आहे?''

''ते कुणालाच कळलेलं नाही.''

''बातमीदार?''

''तूच विचार कर पेरी. बाल्फोरच्या आर्थिक साम्राज्याच्या एकुलत्या एका वारसाला खुनाच्या आरोपाखाली अटक झाली आहे. तो खून गाडीची धडक देऊन पळून जाण्याच्या अपघातामागे दडवण्याचाही प्रयत्न केला गेला आहे. तू जर शहरातल्या वृत्तपत्राचा संपादक असशील, तर काय करशील?''

''ठीक आहे,'' थकलेल्या आवाजात मेसन म्हणाला. ''काही माणसांना कामाला तर लाव. मी माझ्या ऑफिसमध्ये यायला निघतो आहे.''

१०

मेसन घाईघाईने आपल्या कार्यालयात पोहोचला आणि हॅट स्टॅन्डवर अडकवायच्या आधीच पुढे काय करायचे याचा विचार करायला लागला.

''पॉल,'' तो डिटेक्टिव्हला म्हणाला, ''त्या जॅक्सन ईगनबद्दल मला सर्व माहिती हवी आहे.''

''कोणाला नको आहे?'' ड्रेक म्हणाला. ''नीट काम केलं असतं, तर हा खून होता, हे पोलिसांना प्रथमपासूनच कळलं असतं. पेरी, मी त्या शवाचे फोटोग्राफ्स बघितले आहेत. गाडीने उडवलं, तर डोकं इतकं चेचलं जाणं शक्य नाही. त्या माणसाला कसंतरी गाडीला बांधून त्याचं डोकं रस्त्यावरून घासत नेलं आहे. नंतर

घण वगैरे घालून डोकं ठेचलं आहे. डोक्यात गोळी मारली आहे, असा विचारही मनात येऊ नये म्हणूनच ते केलं होतं.''

''आणि तसंच घडलं. पोलिसांना वाटलं की, मोटारीने धडक दिल्यावर त्याचे डोळे फूटपाथवर आदळले, त्याचे कपडे पुढल्या बम्परवर अडकले आणि थोडे अंतर डोळे घासतच तो पुढे गेला.''

''आणि तसंच घडलं नसेल?'' पेरी मेसनने विचारले.

''डोक्यात गोळी मारलेली असताना नाही.'' ड्रेक म्हणाला.

''ठीक आहे. आपल्याला विचारच करायला हवा. पोलिसांचं सर्व लक्ष टेड बाल्फोरवर केंद्रित झालं आहे. ते त्याच्याकडून कबुलीजबाब मिळवायच्या प्रयत्नात आहेत. एकोणीस सप्टेंबरच्या रात्री तो काय करत होता शोधत आहेत. जी कोणी स्त्री गाडी चालवत होती, असं त्याला आठवतं आहे, तिची ओळख पटवण्यासाठी ते त्याच्यावर दबाव टाकतील.

''आपण आपली डोकी वापरली, तर या क्षणी इतर ज्या बाबींचा ते विचारच करत नाहीयेत, त्या बाबतीत तरी आपल्याला त्यांच्यापुढे एक पाऊल टाकायची संधी आहे.

''आता कार रेन्टल एजन्सीज ड्रायव्हिंग लायसन्स बघितल्याशिवाय गाडी भाड्याने देत नाहीत आणि सर्वसाधारणपणे ड्रायव्हिंग लायसन्सचा नंबर ते कॉन्ट्रॅक्टवर टाकतात. तेव्हा तुझ्या ऑपरेटिव्हजना कार रेन्टल एजन्सीमध्ये जाऊन त्या दिवशीच्या जॅक्सन ईगनच्या कॉन्ट्रॅक्टवर नजर टाकायला सांग. ड्रायव्हिंग लायसन्सचा नंबर मिळतो का बघू या.

''दुसऱ्या एका दिशेच्या तपासातही तशीच शक्यता आहे. टेड बाल्फोरने परवानगी दिल्याशिवाय किंवा घराची तपासणी करण्याचा लेखी हुकूम – सर्च वॉरंट – मिळवल्याशिवाय पोलीस टेड बाल्फोरच्या घरात जाऊ शकणार नाहीत. अनेक वेळा एखाद्या माणसाची खोली बघितली, तरी बऱ्याच गोष्टी कळतात. ते रक्ताचे डाग असणाऱ्या त्याच्या कपड्यांच्या, रिव्हॉल्व्हरच्या शोधात असणार. त्यांनी या गोष्टी करायला सुरुवात केली नसली, तर काही मिनिटांमध्येच ते या कामाला लागतील.

''डेला, तू मिसेस गुथ्री बाल्फोरला फोन लाव. पॉल, तू तुझ्या माणसांना इतर गोष्टींच्या मागे लागायला सांग.''

ड्रेकने मान डोलावली. ''मला वाटतं, मी खाली माझ्या ऑफिसमध्ये जातो, म्हणजे तुझे टेलिफोन मोकळे राहतील. माझी माणसं काही सेकंदांत कामाला लागतील पेरी.''

''नीघ तर!'' मेसनने त्याला सांगितले.

डेला स्ट्रीटची बोटे तोपर्यंत अनलिस्टेड टेलिफोनची डायल फिरवण्यात दंग होती. आणीबाणीच्या वेळी त्या फोनवरून दुसरा फोन झटकन लागत असे. क्षणभराने तिने पेरी मेसनला खूण केली आणि म्हणाली, "मिसेस बाल्फोर आहे लाइनवर."

मेसनच्या आवाजात सुटका झाल्याचे भाव होते. "बरं झालं." तो म्हणाला. "ती बाहेर गेली असेल, अशी भीती वाटत होती मला."

मेसनने फोन उचलला, "हॅलो मिसेस बाल्फोर."

"मिस्टर मेसन, काय झालं?"

"तुम्ही माझ्याशी ज्या प्रकरणाबद्दल चर्चा केली होती, त्या प्रकरणामध्ये फार महत्त्वाच्या आणि धक्कादायक घटना घडल्या आहेत."

"धक्कादायक घटना?" तिच्या आवाजात काळजी होती.

"बरोबर."

"म्हणजे... ते प्रकरण पुन्हा... का? मला तर वाटलं होतं की...."

"त्या प्रकरणाशी संबंध नसला, तरी वेगळीच भानगड निर्माण झाली आहे. पोलीस आता खुनाचा तपास करत आहेत."

"खून?"

"हो. आणि मला फोनवर कुठलीही चर्चा करायची नाही."

"मी कशी भेटू तुम्हाला?"

"तिथेच थांबा. काहीही झालं तरी बाहेर पडायचं नाही. मी लवकरात लवकर तिथे पोहोचतो."

फोन खाली आपटून तो डेलाकडे वळला, "काही पेन्सिल्स आणि वह्या घे तुझ्या. निघू या आपण."

मेसन लांब लांब टांगा टाकत कॉरिडॉरमधून निघाल्यावर त्याच्या बरोबर राहण्यासाठी डेलाला धावायची पाळी आली. एलिव्हेटरमधून ते खाली पार्किंग लॉटमध्ये आले, घाईघाईने मेसनच्या गाडीजवळ पोहोचले. गाडी बाहेर पडून रस्त्यावर वळली.

"रस्ता माहिती आहे तुम्हाला?"

"नशिबाने माहीत आहे." मेसन म्हणाला. "आपण स्टेट हायवेवर जाऊ. अपघात झालेली जागा बाल्फोर इस्टेटीपासून एखाद्या मैलावर आहे. काल पुराव्यादाखल नकाशेही दिले होते. बाल्फोर इस्टेटवर पोहोचण्यासाठी सिकॅमोर स्ट्रीट, मग स्टेट हायवे आणि तिथून पुढला चौक हा मार्ग सर्वोत्कृष्ट आहे आणि तोच टेड बाल्फोरने वापरला, असं सिद्ध करायचा सरकारी पक्षाचा प्रयत्न होता."

"तो खून असेल, तर त्याच्याशी टेड बाल्फोरचा संबंध होता, असं ते कसं

सिद्ध करणार?'' डेला स्ट्रीटने विचारले.

''आत्ता त्यांचा *तेच* सिद्ध करायचा प्रयत्न चालू आहे.'' मेसन म्हणाला. ''त्यांच्याकडे असलेला परिस्थितीजन्य पुरावा सिद्ध करतो की, बाल्फोरच्या गाडीचा खुनाशी संबंध आहे; पण कालपर्यंत त्यांच्याजवळ असलेल्या पुराव्यावरून टेड बाल्फोर त्यात गुंतलेला आहे, हे ते सिद्ध करू शकत नाहीत.''

''मग पुढे काय?''

''तेव्हा पोलीस तसा विचार करण्याआधी आपणच पुरावा शोधायचा आणि त्याचा अभ्यास करायचा.''

''पण अशा तऱ्हेच्या केसमध्ये पुराव्यात फेरफार करणं बेकायदेशीर नाही का?''

''आपण पुराव्यामध्ये काही फेरफार वगैरे करणार नाही. तो फक्त *नजरेखालून घालणार आहोत.* एकदा पोलिसांच्या ताब्यात तो गेला की, तो ते दूर ठेवतील आणि न्यायालयामध्ये जाईपर्यंत आपल्याला काही शोध घेता येणार नाही. तो जर आपण आधी बघू शकलो, तर आपल्याला कोणत्या गोष्टींना तोंड द्यावं लागणार आहे, याची सर्वसाधारण कल्पना तरी येईल.''

''तिथे काहीतरी पुरावा मिळेल, असं वाटतं तुम्हाला?'' डेला स्ट्रीटने विचारले.

''मला माहीत नाही.'' मेसनने उत्तर दिले. ''नसावा अशी आशा आहे. काय झालं ते बघ डेला. त्या माणसाला गोळी मारली होती. गोळीची जखम लपवण्यासाठी आणि माणसाची ओळख पटू नये म्हणून त्यांनी प्रेत छिन्नविच्छिन्न केलं आणि नेऊन रस्त्याच्या कडेला ठेवलं. ड्रायव्हर दारू पिऊन गाडी चालवतो आहे असं वाटणारी एखादी गाडी दिसेपर्यंत ते थांबले आणि तशी गाडी दिसल्यावर त्यांनी प्रेत त्या गाडीच्या पुढे फेकलं.''

''तुम्ही 'ते' असा शब्द का वापरता आहात?'' डेला स्ट्रीटने विचारले.

''कारण ते प्रेत इकडेतिकडे नेणं, हे एका माणसाला जमणारं काम नाही.''

''म्हणजे टेड बाल्फोरचा त्यांनी फक्त उपयोग करून घेतला तर?''

''बरोबर.''

''पण त्यांना कसं कळलं की, *दारू पिऊन कुणीतरी गाडी चालवत त्या रस्त्याने येईल* म्हणून?''

''तोच तर मुद्दा आहे.'' मेसन म्हणाला. ''कुणीतरी बाल्फोरच्या पेयामध्ये गुंगीचं औषध मिसळलं होतं. त्याने दारू प्यायली होती. एवढंच नाही, तर तो गुंगीतही होता.''

''मग एक तरुण स्त्री गाडी चालवत होती, असं तो कसं काय म्हणाला?''

''योगायोग असू शकेल; पण *सत्य असेल असं नाही.*''

''टेडने तशी साक्ष दिली.'' डेला स्ट्रीट म्हणाली.

"बरोबर. मिर्टल ॲन हेलेने शपथेवर सांगितलं की, रस्त्यावरून कशीही वळणं घेत जाणाऱ्या एका गाडीमागून ती गाडी चालवत होती. ती गाडी कोण चालवत होतं; पुरुष होता की स्त्री, ड्रायव्हरच्या सीटवर एक जण बसला होता की दोघं जण असा एकही प्रश्न प्रॉसिक्यूटरने तिला विचारला नाही."

"आणि डोक्यावरच्या सर्व जखमा केवळ ते प्रेत कुणाचं होतं कळू नये म्हणून?" डेला स्ट्रीटने विचारले.

"मुख्य उद्देश डोक्यात गोळी बसली होती हे लपवण्याचाही असेल."

"असल्या कुठल्या गोष्टीत टेड बाल्फोरचा हात असेल?"

"असेलही. आपल्याला माहीत नाही. खरी परिस्थिती आपल्या लक्षात येत नाही. काही गोष्टींबाबतीत तरी मिर्टल हेले नक्की *खोटं बोलते आहे,* पण याचा अर्थ *तिची सर्व साक्षच खोटी होती, असा होत नाही.* मला वाटतं, लायसन्स नंबर तिने घरी पोहोचल्यावर टेबलावर बसून, चांगल्या प्रकाशात लिहिला आहे; पण ती कशीही वळणं घेत जाणाऱ्या एका गाडीमागून जात होती, हे खरं असू शकेल."

"मग टेड ती गाडी चालवत असणार."

"दुसरी एक शक्यता आहे." मेसन म्हणाला. "दारू प्यायलेल्या टेडला घरी सोडून त्याच्या बेडरूममध्ये झोपवल्यानंतर कोणीतरी त्याची गाडी गराजबाहेर काढली, दारू प्यायलेला ड्रायव्हर चालवेल तशी मुद्दाम वाकडीतिकडी चालवली, मागून गाडी चालवणाऱ्या ड्रायव्हरच्या ही गोष्ट ध्यानात आल्याची खात्री पटेपर्यंत आणि तो लायसन्स नंबर लिहून घेईपर्यंत मुद्दाम वाट बघितली आणि मगच कोणीतरी जॅक्सन ईगनचं प्रेत गाडीसमोर फेकलं."

"पण का?" डला स्ट्रीटने विचारले.

"तेच तर आपण शोधून काढणार आहोत."

नंतर दोन वेळा डेला स्ट्रीट काहीतरी बोलायला तोंड उघडणार होती, पण दोन्ही वेळेला मेसनच्या चेहऱ्याकडे बघताच ती गप्प बसली. तो अत्यंत एकाग्र चित्ताने विचार करत होता आणि अशा वेळी त्याच्या चेहऱ्यावर दिसणारे भाव तिच्या चांगल्या परिचयाचे होते.

चौकात आल्यावर मेसनने गाडीचा वेग कमी केला, गाडी वळवून दोनेकशे यार्ड पुढे नेली आणि बाल्फोर इस्टेटचा पुढला भाग बंद करणाऱ्या भिंतीलगत, ड्राइव्ह-वेच्या सुरुवातीला उभारलेल्या दोन मोठ्या दगडी स्तंभांच्या मध्ये उभी केली.

खडीच्या ड्राइव-वेवर टायर्सचा आवाज झाला आणि मेसन गाडी थांबवतो, तो घराचा पुढला दरवाजा उघडून मिसेस गुथ्री बाल्फोर उभी राहिली. मेसन आणि मागोमाग डेला स्ट्रीट पायऱ्या चढून वर गेले.

"काय झालं?" तिने विचारले.

"पोलीस आले होते?" मेसनने उलट प्रश्न केला.

"अरे देवा! नाही."

"ते पोहोचणार आहेत. प्रश्न काही मिनिटांचाच आहे. आपण टेडची खोली बघू या."

"पण का मिस्टर मेसन?"

"तुम्ही जॅक्सन ईगनला ओळखता?"

"जॅक्सन ईगन? नाही. वाटत नाही तसं."

"त्याच्याबद्दल कधी ऐकलं आहे?"

पायऱ्या चढता चढता ती म्हणाली, "नाही. मला खात्री आहे मी जॅक्सन ईगन हे नाव कधीच ऐकलेलं नाही. का?"

"जॅक्सन ईगन म्हणजे ते प्रेत. त्याने स्लीपी हॉलो मोटेलमध्ये जागा घेतली होती आणि त्याचा खून झाला आहे."

"कसा?"

"डोक्यात गोळी मारून."

"त्यांना खात्री आहे तशी?"

"प्रेत उकरून काढलं तेव्हा गोळी डोक्यात तशीच होती."

"ओ!" ती क्षणभराने म्हणाली.

ती जवळजवळ धावतच ओक वृक्षाच्या लाकडाचा रुंद जिना चढली. एका कॉरिडॉरमधून घाईघाईने पुढे आली आणि कोपऱ्यामधल्या एका ऐसपैस, मोठ्या बेडरूमचा दरवाजा तिने उघडला. "ही टेडची खोली." ती म्हणाली.

मेसनने भिंतीवरची फ्रेम केलेली चित्रे बघितली. काही कॉलेजमधली होती, काही सैन्यातली आणि काही आकर्षक स्त्रियांची. मोठ्या आरशाभोवती मुलींची चित्रे होती.

खोलीच्या एका कोपऱ्यात एक गन कॅबिनेट होती – बंदुका ठेवायचे कपाट. कपाटाला काचेची दारे होती. दुसऱ्या एका लॉकरमध्ये वेगवेगळे गोल्फ क्लब्ज आणि टेनिसच्या दोन रॅकेट्स होत्या.

मेसनने गन कॅबिनेटचे दार उघडायचा प्रयत्न केला. तिला कुलूप होते.

"किल्ली आहे?" त्याने तिला विचारले.

तिने नकारार्थी मान हलवली. "मला या खोलीबद्दल विशेष माहिती नाही मिस्टर मेसन. तिला कुलूप असेल, तर एकुलती एक किल्ली टेडकडेच असेल."

मेसनने क्षणभर कुलूप बघितले, आपला पेन-नाइफ उघडला आणि चाकूचे टोक आत घुसवले. कुलूप उघडायचा प्रयत्न सुरू केला.

क्षणभराने तो म्हणाला, "हे कुलूप धरून ठेवायला काहीतरी हवं आहे मला."

"नेलफाईल चालेल?" आपल्या पर्समधून नेलफाईल बाहेर काढत डेला

स्ट्रीटने विचारले.

त्याने चाकूच्या पात्याने लॅच मागे ढकलायचा प्रयत्न चालूच ठेवला. नेलफाइलने तो पाते घट्ट पकडून ठेवत होता. काही क्षणांनी कुलपाचे लॅच खटकन मागे सरकले. दरवाजा उघडला.

मेसनने घाईघाईने छोट्या कॅलिबरच्या रायफल्स बघितल्या. शॉटगन्स आणि हाय-पॉवर्ड रायफल्सकडे त्याने लक्षही दिले नाही.

मेसन नळ्यांचा वास घेत होता.

''यातल्या कुठल्याच रायफलमधून एवढ्यात गोळी झाडलेली नाही.'' मेसन म्हणाला. ''अर्थात त्या नंतर साफही केल्या असतील म्हणा.''

त्याने कपाटाचा ड्रॉवर उघडला. आतमध्ये अर्धा डझन रिव्हॉल्व्हर्स होती. एक .२२ ऑटोमॅटिक दिसताच त्याने त्यावर झडप घातली. विचारपूर्वक नळीच्या टोकाचा वास घेतला.

''मग?'' मिसेस बाल्फोरने विचारले.

''हे असू शकेल.''

त्याने .२२ ऑटोमॅटिक पुन्हा ड्रॉवरमध्ये ठेवले. ड्रॉवर ढकलून बंद केला. काचेचे दरवाजे लावताच कुलूप लागले.

मेसनने बाथरूमचा दरवाजा उघडला, औषधांचे छोटे कपाट तपासले, क्लोझेटचा दरवाजा उघडला आणि असंख्य सूट्सवर नजर टाकली.

''एकोणीस सप्टेंबरच्या रात्री तुम्ही निरोपादाखल पार्टी दिली होती ना?'' मेसनने विचारले.

तिने मान डोलावली.

''आणि त्याच वेळी टेड बाल्फोर....''

''आजारी पडला.'' तिने त्याला अडवत म्हटले.

''आजारी पडला,'' मेसन म्हणाला. ''त्या रात्री त्याने कुठले कपडे घातले होते आठवतं?''

तिने नकारार्थी मान हलवली. ''आठवत नाही.''

''साधा पोषाख चालणार होता का काळा टाय वगैरे?''

''नाही. साधा, कुठलाही पोषाख. माझा नवरा आगगाडीने मेक्सिकोला निघाला होता.''

''तुम्ही त्याच्याबरोबर जाणार होतात?''

''हो. प्रथम त्याने एकट्यानेच जायचं ठरवलं होतं. मी त्याच्याबरोबर पासादेना-अल्हाम्ब्रा स्टेशनपर्यंतच जाणार होते, पण शेवटच्या क्षणी विचार बदलून त्याने मी शेवटपर्यंत त्याच्याबरोबर जावं असं सुचवलं. माझ्याकडे काही कपडेदेखील नसल्याने...

मी खरी जायला तयार नव्हते.''

डेला स्ट्रीट म्हणाली, ''काही... म्हणजे *काहीच* कपडे नव्हते? समजू शकतं मला. रागावलाच असाल तुम्ही.''

''टुथब्रशसुद्धा नाही.'' ती म्हणाली. ''हॅन्डबॅगमध्ये एक कॉम्पॅक्ट फेस पावडरची छोटी डबी होती. क्रीमची एक छोटी ट्यूब – कोरड्या आणि गरम हवेत त्वचा मऊ राहावी म्हणून वापरायची. त्याशिवाय ज्या कपड्यात मी उभी होते ते अंगावरचे कपडेच फक्त. तसं चालून गेलं म्हणा. एल पासोला मी एक पोषाख विकत घेतला आणि चुवावाला आणखी कपडे विकत घेतले.

''स्वत:च्या छंदाच्या बाबतीत माझ्या नवऱ्याला भलताच उत्साह आहे. त्याला कळलं होतं की, मेक्सिकोमधल्या ताराऊमारे कन्ट्रीमध्ये नवीन शोध लागण्याची शक्यता होती. ताराऊमारे ही प्राचीन इन्डियन जमात आहे आणि ज्या बर्रान्का विभागात ते राहतात, तो भाग फार धोकादायक आणि रानटी आहे. आपल्या ग्रॅन्ड कॅनिअनसारखाच भूप्रदेश, पण शेकडो मैल पसरलेला....''

''हे काय आहे?'' क्लोझेटमधल्या मोठ्या, चौकोनी, वजनदार खोक्याला हात घालत मेसनने मध्येच विचारले.

''अरे देवा! हे काय आहे ते मला माहीत नाही. कुठलंतरी यंत्र वगैरे वाटतं आहे.''

''टेप रेकॉर्डर आहे आणि त्याच्याबरोबर वापरायचं दुसरं काहीतरी. टेड एकदम हाय-फाय गोष्टी वापरतो का?''

''काहीतरी नवीन दिसलं तरच. त्याला संगीताची वगैरे आवड नाही. उघड्या हवेमधले खेळ त्याला पसंत असतात. या ट्रीपला त्याची माझ्या नवऱ्याबरोबर जाण्याची इच्छा होती आणि गुथ्री त्याला बरोबर घेऊन जायला जवळजवळ तयार झाला होता, पण ॲडिसनची प्रकृती आणि या मोहिमेवर टेडने जाणं एखादे वेळी त्याला आवडणार नाही या विचाराने टेडला घेऊन जायचं नाही, असं त्याने ठरवलं. आता वाटतंय की, त्याला नेलं असतं, तर किती बरं झालं असतं.''

''टेडला हा निर्णय पसंत पडला?''

''तो खूप निराश झाला होता मिस्टर मेसन.''

''ठीक आहे.'' मेसन म्हणाला. ''आता अगदी स्पष्टच बोलू या. एकोणीस तारखेच्या रात्री घडलेल्या या प्रकरणाशी तुमचा काहीही संबंध नाही, हे सिद्ध करण्यासाठी तुमच्याकडे काही पुरावा आहे का?''

''जगामधला उत्कृष्ट पुरावा. मी माझ्या नवऱ्याबरोबर आगगाडीने प्रवास करत होते.''

''ठीक आहे,'' मेसन म्हणाला. ''कारण तुम्हाला एखादे वेळी विचारतील....''

पुढल्या दरवाजाची घंटी दाबल्याचा आवाज सर्व घरात घुमला आणि मेसनने बोलणे थांबवले.

"पोलीस असणार." मेसन म्हणाला. "मागच्या बाजूने उतरायला पायऱ्या आहेत का?"

तिने मान डोलावली.

मेसन डेलाकडे वळून म्हणाला, "आपण मागच्या रस्त्याने जाऊ डेला. तू माझी गाडी घेऊन गराजमध्ये ये. मी गराजमध्येच गाडीत चढेन. मिसेस बाल्फोर, मी घेतलेल्या वस्तूंबद्दल पोलीस अधिकाऱ्यांना काही सांगू नका. मला वाटतं तुम्ही आता जा आणि स्वतःच त्यांच्याशी बोला."

मिसेस बाल्फोर त्याच्याकडे बघून गोड हसली. "आमचा तुमच्यावर संपूर्ण विश्वास आहे मिस्टर मेसन. सगळ्या कुटुंबाचाच आहे." ती निघून गेली.

"अजूनही लक्ष वेधून घेण्याच्या सगळ्या युक्त्या चालू आहेत." डेला स्ट्रीट त्याच्याकडे बघत म्हणाली.

"ते सोड आता." मेसनने तिला सांगितले. "ते दुसरं पॅकेज उचल."

"चीफ, आपण हे केलेलं चालेल का?"

"तुमच्या दृष्टिकोनावर अवलंबून राहील ते." मेसनने म्हटले. "चल, मागच्या पायऱ्या उतरायला लागू या. मी गराजकडे निघतो. तू साळसूदपणे, आरामात घराच्या पुढल्या बाजूने गाडीकडे जा. एखादा पोलीस अधिकारी त्याच्या गाडीत बसला असेल, तर एकदा गोड हास. ती रिकामीच दिसेल अशी आशा आहे माझी. तर मग जरा घाई कर. गराजकडे गाडी आण. मी चढतो आणि आपण निघू या."

वजनदार टेपरेकॉर्डर मेसनच्या हातात होता. छोटे पॅकेज घेऊन डेला स्ट्रीट मागच्या बाजूच्या पायऱ्या उतरत होती.

ते किचनमधून जाऊन सर्व्हिस पोर्चच्या पायऱ्या उतरले. मेसन घाईघाईने गराजच्या दिशेने निघाला. डेला स्ट्रीट डावीकडे वळून खडीच्या रस्त्याने भरभर निघाली.

"सावकाश जा." मेसनने सूचना केली.

ती जरा हळूहळू चालायला लागली.

मेसन गराजमध्ये शिरला. डेला स्ट्रीट ड्राइव्ह वेवरून गाडी वळवून येईपर्यंत थांबला.

"पोलीस?"

डेलाने मान डोलावली. "पोलिसांचीच गाडी आहे. चमकदार लाल दिवे, इन्टरकम्युनिकेटिंग सिस्टिम आणि...."

"आत कुणी बसलं आहे?"

"नाही."

मेसन हसला. "ते चांगलं झालं."

त्याने गाडीचा मागचा दरवाजा उघडला. टेपरेकॉर्डर आणि दुसरे पॅकेज खालच्या बाजूला ठेवून दरवाजा लावला आणि तो डेलाशेजारी बसला. "चल, निघू या."

गोलाकार ड्राइव्ह वेवरून डेलाने गाडी पुढे घेतली आणि गाडीने वेग पकडला.

"आता रस्त्यावर पोहोचताना गाडी जपून चालव." मेसनने सावधगिरीची सूचना दिली. "डावीकडे वळायचा प्रयत्न करू नकोस. आणखी पोलीस गाड्या येत असण्याची शक्यता आहे. उजवीकडे गाडी वळव. मैलभराने पुन्हा उजवीकडे वळ. आपण चेस्टनट स्ट्रीटला येऊन मग सिकॅमोर रोडला लागू शकतो."

ड्राइव्ह-वेवरून पुढे गेल्यावर डेलाने गाडी उजवीकडे वळवली.

मागच्या खिडकीमधून बघत असताना पेरी मेसनने अचानक डोके मागे घेतले आणि सीटवर तो खाली सरकून बसला.

"स्टेट हायवेवरून दोन पोलीस गाड्या वळत आहेत." मेसनने सांगितले. "अगदी वेळेत निघालो आहोत आपण."

११

मेसन आपल्या कार्यालयात परत आला तेव्हा खुषीत असलेला पॉल ड्रेक त्याची वाटच बघत होता.

"आपण सर्व बाबतीत पोलिसांच्या पुढे आहोत पेरी."

"कसं काय?"

"जॅक्सन ईगनने भाड्याने घेतलेली ती गाडी," त्याने सांगायला सुरुवात केली. "रेकॉर्डवर ड्रायव्हरचा लायसन्स नंबर होता."

"काय होता तो?"

"लायसन्स नंबर झेड ४९०५५३." ड्रेक म्हणाला.

"पत्ता लागला?"

"हो. मी साक्रामेन्टो इथल्या माझ्या माणसाशी संपर्क साधल्यावर त्याने मोटार व्हेइकल्स डिपार्टमेंटमध्ये एकाला पाठवलं. जॅक्सन ईगनला दिलेल्या ड्रायव्हिंग लायसन्सचा तो नंबर आहे. सानफ्रान्सिस्को इथून दोनशे मैल उत्तरेला साक्रोमेन्टो व्हॅलीमधल्या चिको इथे तो राहतो."

"तुझ्याकडे पत्ता आहे?"

"आहे. ड्रायव्हिंग लायसन्सवरून त्या माणसाचं वर्णनही मिळालं आहे. चिकोमधला

आमचा बातमीदार आता जॅक्सन ईगनची चौकशी करत असेल."

"वर्णन काय आहे?"

"वय पस्तीस, पाच फूट दहा इंच उंची, वजन १७५ पौंड, काळे केस, निळे डोळे."

"मदत होऊ शकेल;" मेसन म्हणाला. "आणि मला सांग पॉल, हे काय आहे?"

मेसनने टेपरेकॉर्डरवरचे आच्छादन काढले.

"हा उत्कृष्ट प्रतीचा हाय फिडेलिटी टेपरेकॉर्डर आहे. तो सेकंदाला एक पूर्णांक सात अष्टमांश इंच किंवा तीन पूर्णांक तीन चतुर्थांश इंच अशा वेगवेगळ्या वेगाने चालू शकतो. सेकंदाला एक पूर्णांक सात अष्टमांश इंच वेगाने चालताना लाँग प्लेईंग टेपची एक बाजू तीन तास चालू शकते."

"हे मॉडेल कसं काम करतं ठाऊक आहे तुला?"

"नक्कीच! आमच्या कामामध्ये या मॉडेलचा सारखा वापर असतो. फारच चांगला टेपरेकॉर्डर आहे."

"ठीक आहे." मेसन म्हणाला. "या टेपवर काय रेकॉर्ड केलं आहे ते बघू या."

"ही अगदी अत्याधुनिक लाँग प्लेईंग टेप आहे." ड्रेक मशिनचा प्लग लावत म्हणाला. "सेकंदाला तीन पूर्णांक तीन चतुर्थांश इंच वेग असताना या स्पूलची एक बाजू एक तास चालते आणि लाँग प्लेईंग टेप असेल, तर दीड तास. सेकंदाला एक पूर्णांक सात अष्टमांश इंच वेग असताना एक बाजू तीन तास चालेल."

"पण टेप वेगवेगळ्या वेगांनी कशासाठी चालवायची?"

"फिडेलिटिसाठी. संगीतासाठी साडेसात इंच, मानवी आवाजांसाठी पावणे-चार इंच वापरताना हाय फिडेलिटी मिळते; पण एक पूर्णांक सात अष्टमांश इंच वेगही ठीक असतो."

"आता टेपवर काय रेकॉर्ड केलं आहे ते बघू या." मेसन म्हणाला.

"मला वाटतं मशीन आता पुरेसं गरम झालं आहे." ड्रेक म्हणाला आणि त्याने स्विच ऑन केला.

टेप हळूहळू फिरायला लागत दुसऱ्या स्पूलवर गुंडाळली जायला लागली. गुंडाळली जाण्यापूर्वी ती लिसनिंग हेडवरून जात होती.

"काही दिसत नाही रेकॉर्ड केलेलं." थोड्या वेळाने ड्रेक म्हणाला.

"चालू ठेव. खात्री करून घेऊ या." मेसनने सांगितले.

तीनचार मिनिटे वेळ गेल्यावर ड्रेक म्हणाला, "या टेपवर काही दिसत नाही मेसन."

मेसन विचारात होता. कपाळावर आठ्या चढवून मशिनकडे बघत होता.

"अर्थात, दुसऱ्या बाजूवर काही असू शकेल. हे हाफ ट्रॅक रेकॉर्डिंग आहे. टेपच्या एका बाजूवर रेकॉर्डिंग झालं की, स्पूल उलटं करून दुसऱ्या बाजूवर रेकॉर्डिंग करायचं."

"मग दुसऱ्या बाजूला काही आहे का बघू या." मेसनने सुचवले.

ड्रेकने मशीन थांबवले, स्पूल उलटी केली, मशीन चालू केले. बऱ्याच वेळाने अचानक एका स्त्रीचा आवाज आला. "सगळ्या गोष्टींचा वीट आला आहे मला. तुम्ही इतकंच सहन करू...." मग काही नाही.

ड्रेकने मशिनचे कन्ट्रोल्स फिरवले. पुन्हा आवाज आला नाही.

मेसनने प्रश्नार्थक मुद्रेने ड्रेककडे बघितले.

ड्रेकने मान हलवली. "कळत नाही मला."

"बरं, हे दुसरं पॅकेज बघ." मेसन म्हणाला. "त्यात काय आहे?"

ते उघडले आणि ड्रेकचे डोळे एकदम चमकले, "कमाल आहे!"

"ठीक आहे, पण काय आहे ते?" मेसनने विचारले.

"वॉल स्नूपर." ड्रेकने उत्तर दिले.

"ते काय असतं?"

"अत्यंत संवेदनाक्षम माइक आणि इलेक्ट्रिक बूस्टिंग डिव्हाइस. हे भिंतीवर चिकटवलं, तर पलीकडल्या खोलीतल्या संभाषणाचे जे आवाज तुम्हाला ऐकू येत नाहीत, ते आवाज हा माइक पकडतो. मोठे करून टेपवर रेकॉर्ड करतो. नंतर इअरफोन्स लावले की, झालेलं रेकॉर्डिंग ऐकता येते.

"त्या टेपवरचे शब्द ऐकण्यासाठी या मशिनचा उपयोग झाला होता. मग टेपवरून सर्व पुसून टाकण्यात आलं आहे. दुसऱ्या ट्रॅकवरची काही इंच टेप शिल्लक असताना त्यांनी काम थांबवलं आणि थोडे शब्द पुसायचे राहिले."

"पण टेड बाल्फोर कशासाठी चोरून ऐकत होता?"

"चेष्टा असेल, मैत्रीण असेल. शंभर गोष्टींमधली कुठलीही गोष्ट असू शकेल पेरी."

मेसनने मान डोलावली. "किंवा काकाची आदर्श नवी पत्नी खरोखर कशी आहे बघत असेल."

"आणि परिणती खुनात झाली?" ड्रेकने विचारले.

"किंवा त्याच्यावर खुनाचा आरोप लादण्यात झाली."

मेसनच्या खाजगी केबिनमधून बाहेर पडण्याच्या दारावर टकटक सुरू झाली. तालबद्ध टकटक नीट ऐकून ड्रेक म्हणाला, "माझी सेक्रेटरी."

डेला स्ट्रीटने दार उघडले.

तिच्या हातात एक कागद ठेवत ड्रेकची सेक्रेटरी म्हणाली, "प्लीज हा पॉल

ड्रेकला द्या.'' कागदावर काहीतरी टाइप केले होते.

डेला स्ट्रीटने कागद पॉल ड्रेकच्या हातात ठेवला.

ड्रेकच्या तोंडातून आश्चर्योद्‌गार बाहेर पडला.

''काय झालं?'' मेसनने विचारले.

''चिकोमधल्या माझ्या बातमीदाराने पाठवलेली तार. ऐक.

प्रवास वर्णने लिहिणारा जॅक्सन ईगन या शहराचा रहिवासी – शहर सोडून गेला – तपास करणे कठीण गेले – शेवटी तपास लागला – थोडा काळ मर्सेड इथे वास्तव्य – मग युकॅटन – दोन वर्षांपूर्वी युकॅटन इथे मृत्यू – दफनासाठी घरी रवाना – बंद शवपेटीतून – पुढील सूचना पाठवणे.

ड्रेकने आपल्या केसांमधून हात फिरवला. ''आता काय पेरी? ही तर अशी केस आहे की, एक प्रेत दुसऱ्यांदा मेलं आहे.''

मेसनने डेला स्ट्रीटला खूण केली. ''हेबिअस कॉर्पस अर्जाचे दोन कोरे फॉर्म काढ.'' तो म्हणाला. ''टेड बाल्फोरला समक्ष सादर करण्याची आपण न्यायालयाला विनंती करणार आहोत. माझं अंतर्मन मला सांगतं आहे की, काहीतरी कायदेशीर युक्त्याप्रयुक्त्या लढवून या केसमधलं संपूर्ण सत्य बाहेरच पडणार नाही, हे बघण्याचं काम माझ्यावरच पडणार आहे.''

''ते तू कसं काय करणार आहेस?''

''एक संधी आहे पॉल.''

''दहा लाखात एक.''

''पन्नास लाखात एक म्हण!'' मेसन म्हणाला. ''सर्वकाही जमून येईल अशी आशा करू या पॉल. मला तर वाटतं की, या केसमधलं खरंखुरं वास्तव पुढे आलं, तर स्फोटक घटनांची मालिकाच सुरू होईल.''

१२

जज कॅडवेल न्यायासनावर बसले. न्यायालयात नजर फिरवत म्हणाले, ''थिओडोर बाल्फोरला समक्ष हजर करावे, यासाठी न्यायालयाने लेखी हुकूम द्यावा म्हणून हेबिअस कॉर्पसचा अर्ज दाखल झाला आहे. त्या अर्जावरची ही सुनावणी आहे. ॲटर्नीला त्याच्या अशिलाला भेटण्याचा हक्क नाकारल्यावर अशिलाला भेटू देण्यासाठी प्रॉसिक्यूटरला भाग पाडण्यासाठी नेहमीच्या प्रथेप्रमाणेच हा अर्ज दाखल झाला

आहे, असे मी गृहीत धरतो.''

डेप्युटी डिस्ट्रिक्ट ॲटर्नी रॉजर फॅरीस उभे राहून म्हणाले, ''हो युअर ऑनर. आम्ही आरोपीवर जॅक्सन ईगन या माणसाच्या खुनाचा आरोप करणारी फिर्याद आता दाखल केली आहे. हा खून पूर्वनियोजित, हेतुपुरस्सर, द्वेषबुद्धीने केला गेलेला असल्याने तो फर्स्ट डिग्री मर्डर – खून – या सदराखाली मोडणारा गुन्हा आहे.

''आरोपीचा ॲटर्नी म्हणून मेसन पेरी यांनी आरोपीची योग्य वेळी मुलाखत घेण्यास आमचा कुठलाही विरोध नाही.''

जज पेरी मेसनकडे बघत म्हणाले, ''तर मग हेबिअस कॉर्पसचा अर्ज रद्द करण्याच्या अटीवर आरोपीला शेरीफच्या ताब्यात देण्यात येईल.''

''नाही युअर ऑनर.'' मेसन म्हणाला.

''काय?'' जज कॅडवेलने चिडूनच विचारले.

''आम्हाला कुठलीही अट मान्य नाही.''

''तरीही कोर्ट तोच निर्णय देणार आहे.'' जज कॅडवेल अजून रागातच होते. ''या माणसावर खुनाचा आरोप ठेवला असेल, तर... नाही. प्रॉसिक्यूटर सांगतो म्हणून हे विधान स्वीकारायची कोर्टाची तयारी नाही. उत्तरादाखल दिलेल्या जबाबात तशी वस्तुस्थिती दिसत नसेल, तर मला वाटतं, प्रॉसिक्यूटने शपथेवर तसं सांगावं.''

''वस्तुस्थिती तशीच आहे युअर ऑनर. घटनांच्या सत्यतेबद्दल शंकाच नाहीत. त्या तशा नसल्या, तर कोर्टाच्या रेकॉर्डवरून कोर्ट दखल घेऊ शकेल.''

''ठीक आहे,'' जज कॅडवेल म्हणाला.

''माझं काही ऐकून घेणार?'' मेसनने विचारले.

''तुमच्याकडून ऐकण्यासारखं काय आहे, ते माझ्या ध्यानात येत नाही मिस्टर मेसन. जेव्हा अर्जदारावर हेतुपुरःसर खून केल्याचा आरोप ठेवला असेल, त्या वेळी त्याची हेबिअस कॉर्पसवर सुटका व्हावी, असा हेबिअस कॉर्पसचा अर्थ नाही.''

''पण या केसमध्ये माझं तसंच मत आहे युअर ऑनर.''

''आता हे काय? न्यायालयाची थट्टा मांडली आहे की काय मिस्टर मेसन?''

''अजिबात नाही युअर ऑनर.''

''ठीक आहे, बोला तुम्हाला काय बोलायचं आहे ते.''

''राज्यघटनेप्रमाणे कुणावरही एकाच गुन्ह्यासाठी दोन वेळा खटला भरता येत नाही. सरकार विरुद्ध बाल्फोर या खटल्यात हल्लीच युअर ऑनरनी पुरावा नजरेखालून घालून सदोष मनुष्यवधाच्या आरोपाखाली अर्जदाराला अपराधी ठरवलेलं आहे.''

''तो मोटर चालवताना घडलेला गुन्हा होता.'' जज कॅडवेल म्हणाले. ''मला कळतं आहे त्याप्रमाणे हे प्रकरण वेगळंच आहे.''

“असेलही; पण सरकारी पक्ष पुन्हा त्याच्यावर गुन्हा दाखल करूच शकत नाही, कारण त्याच जॅक्सन ईगनच्या खुनाबद्दल या माणसावर आधीच खटला चालून त्याला शिक्षाही झाली आहे.”

प्रॉसिक्यूटर उडी मारून उभा राहिलेला बघताच जज उद्‌गारले, “एक मिनिट मिस्टर प्रॉसिक्यूटर, मी बघतो काय करायचं ते.

“मिस्टर मेसन, सरकारी पक्षाने चुकीचा समज करून घेऊन मोटार गाडीचा धक्का देऊन पळून गेल्याच्या आरोपावरून या आरोपीवर एकदा खटला भरला असल्याने आता केसच्या रेकॉर्डमध्ये उघड झालेल्या माहितीनुसार हा खून प्राणघातक शस्त्राने पाडला गेल्याचं दिसत असलं, तरी त्याच्यावर खटला भरू शकत नाही, असं तुमचं म्हणणं आहे का? मी म्हणतो आहे ते बरोबर आहे ना मिस्टर प्रॉसिक्यूटर?”

“हो, युअर ऑनर.” रॉजर फॅरीस म्हणाला. “आमचं म्हणणं आहे की, डोक्यात मारलेली गोळी मेंदूत घुसल्याने जॅक्सन ईगनचा तत्काळ मृत्यू ओढवला, हे सिद्ध करू शकणारा भरभक्कम पुरावा आमच्याकडे आहे. डोक्यात घुसलेली गोळी बाहेर पडली नाही. शव उकरून काढल्यावर गोळी डोक्यामध्येच अडकलेली आढळली. आरोपी थिओडोर बाल्फोर याच्या मालकीचं जे पिस्तूल त्याच्या बेडरूममध्ये सापडलं, त्या पिस्तुलातून झाडलेल्या गोळीची आणि डोक्यात सापडलेल्या गोळीची बॅलिस्टिक्स तज्ज्ञांनी तपासणी केल्यावर ती गोळी त्याच पिस्तुलामधून झाडली गेली होती, असं सिद्ध झालं आहे.

“काय घडलं ते उघड आहे. पिस्तुलाच्या गोळीला बळी पडलेला माणूस *हिट अ‍ॅन्ड रन* या तऱ्हेच्या अपघातामध्ये मरण पावला, असं दाखवायचा प्रयत्न झाला आहे.

“मिस्टर मेसन यांची इच्छा असेल, तर आधीचा ‘चुकून घडलेला मनुष्यवध’ हा आरोप काढून टाकून खुनाच्या आरोपावरून मिस्टर बाल्फोर याच्यावर खटला भरायला आम्ही तयार आहोत.”

“मी अशी कुठलीही विनंती करणार नाही. जॅक्सन ईगनच्या मृत्यूला कारणीभूत ठरल्याच्या आरोपावरून आरोपीवर खटला चालून, त्याला अपराधी ठरवून शिक्षा झाली आहे.”

“एक मिनिट,” जज कॅडवेल म्हणाले. “कोर्टाला मिस्टर मेसन यांनी मांडलेल्या मुद्याची काळजी वाटते. हा मुद्दा कायद्याला धरून नाही, असं कोर्टाचं मत आहे. गाडीच्या धडकेने चुकून घडलेल्या मनुष्यवधाच्या आरोपाखाली एकदा खटला भरला होता, तेव्हा पिस्तुलाच्या साहाय्याने केलेल्या खुनासाठी खटला भरला जाऊ शकत नाही, हे म्हणणं मला मान्य नाही.”

"का नाही?" मेसनने विचारले.

"का नाही?" जज कॅडवेल ओरडलेच. "तसं म्हणणंच हास्यास्पद आहे. वरवर बघितलं, तरी मूर्खपणाचं आहे."

"जबाबदार आणि अधिकारवाणीने बोलू शकणाऱ्या तज्ज्ञांचं मत ऐकायला न्यायालयाला आवडेल?" मेसनने विचारले.

"अशा केसशी संबंधित असेल, तर नक्कीच ऐकायला आवडेल."

"ठीक आहे. सर्वसाधारण नियमाप्रमाणे एखाद्या माणसावर खुनाचा आरोप ठेवला असेल, तर त्या आरोपात सदोष मनुष्यवधाचा आरोप समाविष्ट असतो. त्यामुळे खुनाचा आरोप ठेवला गेला असताना ज्यूरीने त्या माणसाला सदोष मनुष्यवधाच्या आरोपाखाली दोषी ठरवणं यात काहीही गैर नाही."

"ही प्राथमिक गोष्ट सांगायला कुठल्याही तज्ज्ञाची आवश्यकता नाही मिस्टर मेसन."

"तज्ज्ञांचं मत मला सांगायचंच नाही," मेसन म्हणाला. "पण याचा दुसरा अर्थ असा आहे की, एखाद्या माणसावर समजा खुनाचा खटला भरला असला आणि तो निर्दोष सुटला, तर नंतर त्याच माणसावर त्याच बळीच्या सदोष मनुष्यवधाच्या आरोपाखाली पुन्हा खटला भरला जाऊ शकत नाही."

"पुन्हा तेच. न्यायालयाला स्वतःचा आणि काऊन्सेलचा अमूल्य वेळ अशा प्राथमिक बाबींवरची तज्ज्ञांची मतं ऐकण्यात घालवायची इच्छा नाही."

"मग एखादे वेळी युअर ऑनरना सरकार विरुद्ध मॅकूडॅनिएल्स, १३७ कॅल, १९२ ६९ पॅसिफिक १००६ ९२वर अमेरिकन स्टेट रिपोर्ट्स ८१ ५९ एल. आर. ए. ५७८बद्दल ऐकायला आवडेल." मेसन म्हणाला. "त्या वेळी असा निर्णय झाला होता की, गंभीर गुन्ह्याच्या आरोपातून मुक्तता झाली, तर त्या गंभीर आरोपामध्ये समाविष्ट असलेल्या, त्या मानाने कमी गंभीर आरोपाखाली खटला भरता येणार नाही. आणि या उलट परिस्थितीत, गंभीर आरोपामध्ये समाविष्ट असणाऱ्या कमी गंभीर आरोपाखाली आरोपी दोषी ठरला असेल, तर त्यानंतर त्याहून गंभीर आरोपासाठी त्याच्यावर खटला भरता येणार नाही.

"न्यायालयाने सरकार विरुद्ध कृपा, ६४ सी. ए., सेकंड ५९२१ ४९ पॅसिफिक, सेकंड ४१६ आणि सरकार विरुद्ध टेन्नर, ६७ कॅलिफोर्निया अपेलिट सेकंड ३६० १५४ पॅसिफिक सेकंड पृष्ठ क्रमांक ९ बघायलाही हरकत नाही. पिनल कोड सेक्शन १०२३प्रमाणेही तोच नियम लागू पडतो.

"सरकार विरुद्ध नि सॅम चुंग, ९४ कॅल, ३०४ २९ पॅसिफिक ६४२ २८ अमेरिकन स्टेट रिपोर्ट्स १२९ या खटल्यामधला निर्णयदेखील तसाच आहे. छोट्या अपराधाखाली एकदा खटला भरला आणि नंतर तोच अपराध मोठा ठरला, तरी त्या मोठ्या अपराधासाठी पुन्हा खटला भरता येणार नाही."

जज कॅडवेल विचारमग्न मुद्रेने मेसनकडे बघत राहिले. मग प्रॉसिक्यूटरकडे वळून त्यांनी विचारले, "या मुद्यांवर बोलायची सरकारी पक्षाची तयारी आहे?"

"या मुद्यावर माझी काहीच तयारी नाही युअर ऑनर." रॉजर फॅरीस मान हलवत म्हणाला. "असा काही विचारच माझ्या मनात आला नव्हता हेच खरं. आला असता, तर कसला मूर्खासारखा विचार करतो आहेस, असं पुटपुटत मनातून झटकून टाकला असता. अजिबात गंभीरपणे घेतला नसता."

जज कॅडवेलने मान डोलावली. "न्यायालयाला वाटतं की, यात काही तथ्य नाही आणि थोडंफार तथ्य असलंच, तर कळूनसवरून केलेल्या खुनाकडे केवळ तांत्रिक मुद्यावरून दुर्लक्ष करण्याऐवजी न्यायालय नि:पक्षपातीपणाने आणि न्यायबुद्धीने केसचा विचार करून निवाडा करण्याची चूक करायला तयार आहे."

"मी या बाबतीत न्यायालयाला विनंती करेन की, याबाबत सरकारी पक्षाचा दृष्टिकोन समजून घ्यावा. तो फार वेगळाच असण्याची शक्यता आहे." मेसनने सुचवले. "या केसमध्ये ज्यूरीने समजा सदोष मनुष्यवधाच्या आरोपाखाली अपराधी असा निकाल दिला असता आणि कोर्टाने आरोपीला तुरुंगवासाची शिक्षा फर्मावली असती, तर सरकारी पक्षाने आरोपीवर खुनाचा दुसरा आरोप ठेवून दुसऱ्यांदा शिक्षा द्यायला लावली असती?"

"अर्थातच नाही!" फॅरीस रागाने म्हणाला.

"आणि प्रथमच आरोपीवर खुनाचा आरोप ठेवला असता आणि ज्यूरीने त्याची निर्दोष सुटका केली असती, तर सरकारी पक्षाने कुठली भूमिका घेतली असती? चुकून घडलेला मनुष्यवध या आरोपाखाली पुन्हा त्याच्यावर खटला भरला असता?"

"ते अवलंबून राहील." फॅरीसने एकदम सावध बनून उत्तर दिले. "सत्य परिस्थितीवर अवलंबून राहील."

"बरोबर." मेसन हसत म्हणाला. "एकदा आरोपीवरचा खटला सुरू झाला की, आरोपी अपराधी ठरवला जाऊन त्याला शिक्षा होण्याचा धोका आपोआपच निर्माण होतो. एकदा आरोपीला अपराधी ठरवून शिक्षा फर्मावली गेली की, त्याला कायद्याप्रमाणे असलेली शिक्षा भोगावी लागेल. फिर्यादी पक्षाने योग्य निर्णय न घेतल्याने, व्यवस्थित तपास न केल्याने किंवा नीट विचारच न केल्याने आरोपीवर प्रथम छोट्या गुन्ह्यासाठी – जो ते सिद्ध करू शकतील असे फिर्यादी पक्षाला वाटले – खटला भरला असेल, तर त्याच वस्तुस्थितीवर नंतर कधीतरी मोठ्या गुन्ह्यासाठी ते आरोपीवर खटला भरू शकत नाहीत."

"कोर्ट आता एक तासाची सुट्टी घेणार आहे." जज कॅडवेल म्हणाले. "कोर्टाला स्वत:ला तज्ज्ञांची मतं नजरेखालून घालायची आहेत. ही परिस्थिती असामान्य आहे. फारच आश्चर्यकारक! मी कबूल करतो की, सुरुवातीला मला हा

फार हास्यास्पद आणि कायद्याची टर उडवणारा प्रकार वाटला होता. आता विचार केला तर वाटतं की, पुढे आलेल्या मुद्द्यांमध्ये काही अर्थ असेलही. गंभीरपणे विचारात घेण्यासारखी स्थिती आहे खरी.

"वेगळ्या दृष्टिकोनातून बघितलं तर दिसतं की, आरोपीने केलेल्या बेकायदा कृत्यांमुळे जॅक्सन ईगनचा मृत्यू ओढवला होता. आधी दिलेल्या कारणांपेक्षा फार वेगळी कारणं देऊन आता त्याच्यावर खटला भरला जातो आहे; पण जॅक्सनचा बेकायदा मृत्यू हा मुद्दा तसाच राहतो.

"आधीच्या आरोपाखाली खटला भरून आरोपीला शिक्षा झाली. मिस्टर प्रॉसिक्यूटर, योजना आखून केलेल्या खुनाच्या आरोपाखाली शिक्षा होऊ नये म्हणूनच ही स्थिती निर्माण करण्याचा बनाव आरोपीने आखला होता का?"

"माहीत नाही युअर ऑनर," फॅरीस म्हणाला. "आणि तसा आरोपही मी करत नाही; पण सरकारी पक्षाला अशा अनोख्या परिस्थितीत अडकवण्यासाठी अत्यंत चातुर्याने कायद्याच्या तरतुदींचा वापर केला गेला आहे. *हिट-अ‍ॅन्ड-रन* केसच्या पुराव्याकडे आता मागे वळून नजर टाकली, तर मिर्टल ॲन हेलेने टेड बाल्फोरच्या गाडीचा लायसन्स नंबर टिपून घेणंही संशयास्पद वाटतं.

"आणि ती साक्षीदार बाल्फोर अलाईड असोसिएट्सच्या एका दुय्यम कंपनीत काम करते. खरंतर साक्षीदार म्हणून ती स्वतः पुढे झाली, तेव्हा आमच्या ऑफिसला खूप आश्चर्य वाटलं होतं."

जज कॅडवेलने ओठावरून जीभ फिरवली आणि विचारी मुद्रेने मेसनकडे बघितले.

"अत्यंत कल्पकतेने कायदेशीर बाबींचा वापर केला आहे, यात शंका नसली, तरी आत्ताच्या काऊन्सेलरने *हिट-अ‍ॅन्ड-रन* केस चालवली नव्हती."

"पण केस सुरू झाली तेव्हा सध्याचे काऊन्सेलर न्यायालयात बसलेले होते." फॅरीसने लक्षात आणून दिले. "बारमध्ये न बसता प्रेक्षकांत बसले होते."

जज कॅडवेलने पुन्हा एकदा मेसनकडे बघितले.

"या अशा सूचक बोलण्याला माझा विरोध आहे युअर ऑनर!" मेसन म्हणाला. "फिर्यादी पक्षाला बनवण्यासाठी पूर्वनियोजन करून किंवा कारस्थान रचून आरोपीने त्या मानाने कमी गंभीर असणाऱ्या गुन्ह्यासाठी त्याच्यावर खटला सुरू होईल असा प्रयत्न केला, हे जर फिर्यादी पक्ष सिद्ध करू शकत असेल, तर परिस्थिती वेगळी असेल; पण त्यासाठी त्यांना कोर्टाची जाणूनबुजून दिशाभूल केली हे सिद्ध करण्यासारखा पुरावा द्यावा लागेल."

"कोर्ट आता साठ मिनिटांची सुट्टी घेत आहे." जज कॅडवेल म्हणाले. "अत्यंत आगळीवेगळी परिस्थिती आहे आणि कोर्ट स्वतःही त्यात लक्ष घालणार

आहे. एखाद्या गुन्ह्यासाठी खटला भरल्यामुळे जे संकट आरोपीवर येतं, त्यामुळे त्याच्यावर दुसरा खटला चालवता येत नाही, असं खुनासारख्या अपराधामध्ये तरी कायदा सूचित करेल, हे मला पटत नाही."

"आणि सुटीमध्ये मला आरोपीला भेटायची परवानगी मिळावी, अशी आज्ञाही कोर्ट देईल का?" मेसनने विचारले. "आरोपीला अटक केल्यापासून काऊन्सेल, कुटुंब, मित्र यांच्यापासून त्याला दूरच ठेवलेलं आहे."

"ठीक आहे." जज कॅडवेल म्हणाले. "शेरीफने आवश्यक ती सावधगिरी बाळगून या सुटीमध्ये मिस्टर मेसनना जितका वेळ आरोपीशी बोलायचं असेल, तितका वेळ बोलू द्यावं."

"मी आरोपीला साक्षीदारांच्या खोलीत आणतो. तिथे मिस्टर मेसन त्याला भेटू शकतील."

"चालेल." जज कॅडवेल म्हणाले. "जोपर्यंत आरोपीला त्याच्या बचावाबद्दल ॲटर्नीशी बोलता येईल आणि स्वत:च्या ॲटर्नींचा सल्ला खाजगीमध्ये ऐकता येईल, तोपर्यंत तुम्ही काय व्यवस्था करता, याची मला पर्वा नाही. थोडक्यात सांगायचं, तर त्यांचं बोलणं ऐकायचा कुठलाही प्रयत्न होता कामा नये.

"कोर्ट आता एक तास सुटीवर आहे."

मेसनने टेड बाल्फोरला खूण केली. "या बाजूने या मिस्टर बाल्फोर. प्लीज."

रॉजर फॅरीसचा चेहरा काळजीत पडल्यासारखा दिसत होता. तो घाबरल्यासारखा घाईघाईने लॉ लायब्ररीच्या दिशेने निघाला.

१३

बाल्फोर हा एक उंच, कुरळ्या केसांचा तरुण होता. फार बेचैन वाटत होता. तो पेरी मेसनसमोर बसला. "साक्षीदार म्हणून उभं न राहता या भानगडीतून मला बाहेर काढता येण्याची काही संधी आहे का?" त्याने मेसनला विचारले.

मेसनने मान डोलावली.

"मग खूपच चांगलं होईल मिस्टर मेसन."

मेसन त्या तरुणाचे निरीक्षण करत होता. रुंद हाडापेराचा, सावकाश बोलणारा आणि तशाच हालचाली करणारा तरुण वाटत होता. इतरांपासून त्याचे खरे व्यक्तिमत्त्व दडवून ठेवण्यासाठी हा चांगला मुखवटा होता.

"एकोणीस तारखेची रात्र आणि वीस तारखेची सकाळ यामध्ये खरोखर काय घडलं हे तू सांगितलंस तर बरं पडेल, असं मला वाटतं."

"अरे देवा! हे मला माहीत असतं, तर किती चांगलं झालं असतं!" कपाळावरून हात फिरवत तो म्हणाला.

"बोलायला सुरुवात कर आणि जे माहीत आहे, ते तर सांग!" मेसन म्हणाला. त्याला वेळ फुकट घालवायची इच्छा नव्हती. "तू आता पोलिसांशी बोलत नाहीस. मी वकील आहे तुझा. कशाला तोंड द्यावं लागणार आहे, हे मला कळायला हवं."

टेड बाल्फोर जरा सावरून बसला. त्याने घसा साफ केला. आपल्या गर्द काळ्या केसांमधून हात फिरवला.

"वेळ काढायचा प्रयत्न करू नकोस." मेसन रागानेच उद्‌गारला. "बोलायला सुरुवात कर."

"गुथ्री अंकल मेक्सिकोला निघाला होता. तिथल्या ताराऊमारे कन्ट्रीमध्ये जाणार होता. पूर्वीही तो तिकडे गेला होता, पण त्याच्याच शब्दांत सांगायचं, तर त्याने वरवर पाहाणी केली होती. या वेळी त्याची अत्यंत दुर्गम अशा बर्रान्कामध्ये जाण्याची इच्छा होती. इतका कठीण प्रदेश की, आजपर्यंत कुठल्याही गोऱ्या माणसाने तिथे पाऊल ठेवलं नसेल."

"असा प्रदेश अस्तित्वात आहे?"

"मेक्सिकोच्या त्या भागात आहे."

"मग पुढे काय झालं?"

"डोर्ला त्याच्याबरोबर पासादेनापर्यंत जाणार होती. त्याच्याकडे तिकिटं आहेत, त्याला शेवटच्या क्षणी काही सूचना द्यायच्या नाहीत वगैरे गोष्टींची खात्री करून घेऊन ती त्याला गाडीत बसवून देणार होती. अल्हाम्ब्रा-पासादेना स्टेशनवर ती उतरणार होती, पण शेवटच्या क्षणी गुथ्री अंकलचा विचार बदलला. तिने बरोबरच यावं असं त्यांने सांगितलं."

"तिचे तुझ्या गुथ्री अंकलशी लग्न कधी झालं?"

"दोन वर्षं तरी झाली."

"सैन्यामधून बाहेर पडून तुला घरी येऊन किती काळ झाला?"

"चार महिन्यांहून थोडासा जास्ती."

"तुझी तिच्याशी नेहमी भेट होते?"

"अर्थातच! आम्ही एकाच घरात तर राहतो."

"ती मित्रत्वाने वागते?"

"हो."

"जरा जादाच जवळीक साधायचा तिने कधी प्रयत्न केला होता?"

"या बोलण्याचा अर्थ तरी काय?" रागानेच ताठ बसत बाल्फोरने विचारले.

"तूच विचार कर." मेसनने त्याला सांगितले. "साधा प्रश्न होता. राग

आल्याची बतावणीच सांगते की, काहीतरी गडबड आहे.''

बाल्फोरचा चेहरा पडला.

''बोल, बोल,'' मेसन म्हणाला. ''प्रश्नाचं उत्तर दे. जास्तीच जवळ येण्याचा प्रयत्न केल्यासारखं कधी वाटलं होतं?''

बाल्फोरने एकदा दीर्घ श्वास घेतला. ''माहीत नाही.''

''माहीत काय नाही?'' मेसनने रागाने विचारले. ''स्पष्ट बोल.''

''अंकल गुथ्री आणि अंकल ॲडिसन यांना तुमची प्रश्न विचारायची आणि वागण्याची पद्धत पसंत पडणार नाही मिस्टर मेसन.''

''त्यांचा विचार सोड. खुनाच्या आरोपाखाली तुझी गॅस चेम्बरमध्ये रवानगी होऊ नये, असा माझा प्रयत्न चालू आहे. मला सत्य कळायला हवं. मी तुझा ॲटर्नी आहे. कशाशी सामना आहे, हे मला कळायला हवं.''

''गॅस चेम्बर?'' टेड बाल्फोरच्या कानात तोच शब्द घुमत राहिला असावा.

''अर्थातच! ते खुन्यांना कुठली शिक्षा देतात असं वाटलं होतं तुला? महिनाभर पॉकेटमनी बंद करतील असं वाटलं की काय?''

''पण मी काहीच केलेलं नाही. जॅक्सन ईगन या माणसाची मला काही माहिती नाही. मी त्याला कधीच भेटलेलो नाही. मी त्याला किंवा दुसऱ्या कुणालाही ठार मारलेलं नाही.''

मेसनने रोखूनच त्याच्या डोळ्यात बघितलं. ''डोर्लाने तुझ्याशी जास्तीच मैत्री करायचा प्रयत्न केला होता का?''

टेडने एक सुस्कारा सोडला, ''मी प्रामाणिकपणे सांगतो की, मला या प्रश्नाचं उत्तर देता येणं शक्य नाही.''

''शक्य नाही म्हणजे काय?''

''म्हणजे माहीत नाही.''

''आणि माहीत का नाही?''

''कधीकधी वाटतं... मला काय वाटतं ते सांगणं खूप कठीण आहे. कधीकधी मी आमचं नातं गृहीत धरून चालतो. इतर वेळी... ती... नाही सांगता येत.''

''ती काय करत असे?''

''सारखी आतबाहेर करत असे.''

''तुझ्या खोलीच्या?''

''ती माझी खरीच कुणी ऑन्टी वगैरे असती तर ठीक होतं; पण तिचं माझ्याशी काहीच नातं नाही... मला नक्की काय म्हणायचं आहे ते सांगणं कठीण आहे.''

''तू शोधून काढायचा प्रयत्न केला नाहीस? कधी हातसुद्धा पकडला नाहीस?''

''अजिबात नाही. माझी ऑन्टी अशाच तऱ्हेने मी तिच्याशी वागत होतो; पण

ती कधीही आतबाहेर करायची. एकदा गुथ्री अंकल कुठेतरी गेले होते. त्या रात्री तिला वाटलं खालच्या मजल्यावर काहीतरी आवाज आला आणि माझ्या खोलीत येऊन तिने मी काही आवाज ऐकला का विचारलं. स्वच्छ चंद्रप्रकाश होता. तिने अगदी झिरझिरीत नाइट गाऊन घातला होता. ती म्हणाली तिला खूप भीती वाटते."

"मग तू काय केलंस?"

"मी तिला सांगितलं की, ती उगीचच घाबरते आहे. स्वत:च्या बेडरूममध्ये जाऊन खोलीला आतून कुलूप लावायला सांगितलं. तिने तिचं दार बंदच ठेवलं, तर खाली कुणी आलं तरी तिला त्रास देणार नाही...आणि सर्वच गोष्टींचा विमाही उतरवलेला होताच."

"गुथ्री अंकलला कधी मत्सर वाटला?"

"माझा?"

"हो."

"नाही. हा विचारही मूर्खपणाचा आहे."

"तो आनंदात आहे?"

"मी कधी विचारलं नाही. त्यानेही कधी मला विश्वासात घेतलेलं नाही, पण तो त्याच्या छंदातच मग्न असतो."

"तुझ्या अंकलला कुणाचाही कधी मत्सर वाटला आहे?"

"मला तरी माहीत नाही. स्वत:चे विचार स्वत:शी ठेवणारा माणूस आहे तो."

"त्याने कधीतरी कोणत्याही तऱ्हेने डोर्लावर लक्ष ठेवायला तुला सांगितलं होतं?"

"अजिबात नाही. तो कधीच तसं करणार नाही."

"समजा त्याला द्वेष वाटत असता, ती फसवते आहे असं वाटत असतं तर?"

"तर मग गोष्ट वेगळी आहे."

"ठीक आहे." मेसन म्हणाला. "तुझ्याकडे एक टेपरेकॉर्डिंग मशीन आहे. भिंतीला चिकटवण्यासारखा एक खास तऱ्हेचा मायक्रोफोनही त्याला जोडलेला आहे. तो कसा काय तुझ्याकडे आला? तुला तो मिळवायला कोणी सांगितलं होतं?"

टेड बाल्फोर नुसताच मेसनकडे बघत बसला.

"बोल, बोल," मेसनने सांगितले. "कुठून मिळवलास तो?"

"कुठूनही नाही मिस्टर मेसन. माझ्याकडे तसं मशीन नाही."

"मूर्खासारखा बोलू नकोस." मेसन म्हणाला. "आहे. तुझ्याच कपाटात होतं. मी ते बाहेर काढलं. सांग मला की, ते तिथे कसं आलं?"

"कुणीतरी ठेवलं असेल तिथे. माझं नाही ते."

"मी तुझा वकील आहे, हे तुला माहीत आहे ना?"

"आहे."

"आणि मी तुलाच मदत करायचा प्रयत्न करतो आहे?"

"हो."

"तू काहीही केलं असलंस, तरी मला सांग आणि मी तुला मदत करायचा जास्तीत जास्त प्रयत्न करेन. तशी खात्री करून घेईन. लक्षात येतं आहे मी काय म्हणतो आहे ते?"

"हो सर."

"पण तू माझ्याशी खोटं बोलता कामा नये."

"हो सर."

"ठीक आहे. तू खोटं बोलला आहेस?"

"नाही सर."

"खरं तेच मला सांगितलं आहेस?"

"हो सर."

"परत एकोणीस तारखेच्या रात्रीकडे वळू या. काय झालं होतं?"

"अंकल गुथ्री मेक्सिकोला जायला निघाला होता. पासादेनापर्यंत डोर्ला त्याच्याबरोबर जाणार होती. शेवटच्या मिनिटाला अंकल गुथ्रीचा विचार बदलला. डोर्लाला शेवटपर्यंत आपल्याबरोबर घेऊन जायचं त्याने ठरवलं. तो फार अस्वस्थ असतो. एखाद्या गोष्टीबद्दल खूप उत्साहाने बोलेल, वागेल आणि एक दिवस त्याचा विचार बदलेल. तो एखादी गाडी वापरेल, त्या गाडीसारखी दुसरी गाडी नाही म्हणेल आणि काहीतरी झालं की, ती देऊन दुसरं नवीन मॉडेल घेईल; तेही दुसऱ्याच कंपनीचं."

"स्त्रियांबद्दलही तसाच वागत होता?"

"शक्य आहे, पण ऑन्ट मार्था मरण पावली. तिला सोडून दुसरं मॉडेल घ्यायची पाळी आली नसली, तरी डोर्ला ही नवीन मॉडेलच होती. ती दिसताक्षणी त्याला आवडली होती."

"अर्थातच!"

टेड बाल्फोरच्या चेहऱ्यावर थोडा खेद दिसला. "ऑन्ट मार्थाच्या मृत्यूनंतर कुटुंबातल्या सदस्यांची अपेक्षा होती की, तो फ्लॉरेन्स इन्गलशी लग्न करेल. ती खूप चांगली स्त्री आहे आणि त्यांची अनेक वर्षांची मैत्रीही होती. आणि मग त्याला डोर्ला दिसली... झालं ते असं झालं."

"तू तिला ऑन्ट डोर्ला म्हणत नाहीस?"

"नाही."

"का?"

"मी तसं म्हणणं तिलाच आवडत नाही. तिला त्यामुळे खूप म्हातारी झाल्यासारखं वाटतं, असं काहीतरी म्हणते."

"तेव्हा शेवटच्या मिनिटाला किंवा आगगाडीत काहीतरी घडल्यामुळेही असेल, तुझ्या गुथ्री अंकलने ठरवलं की, तिला तुझ्याबरोबर एकाच घरात राहू द्यायचं नाही."

"तसं काही नाही. अचानक आपल्याबरोबर घेऊन जायचं ठरवलं."

"आणि तिने बरोबर कपडेही नेले नव्हते?"

"नाही. तिने एल पासोमध्ये कपडे विकत घेतले."

"अंकल आणि डोर्ला यांना तू स्टेशनवर सोडायला गेला होतास?"

"हो."

"आणखी कोण आलं होतं?"

"त्यांचे तीनचार खास दोस्त."

"आणि मॅरिलिन कीथ? ॲडिसन बाल्फोरची सेक्रेटरी? तीपण आली होती?"

"ती शेवटच्या क्षणाला ॲडिसन बाल्फोरचा निरोप द्यायला म्हणून आली होती. त्यांना सोडायला म्हणून स्टेशनवर आलेली नव्हती."

"नंतर काय झालं?"

"त्याआधी निरोपादाखल पार्टी होती."

"ही पार्टी कुठे होती?"

"फ्लॉरेन्स इन्गलकडे."

"तिला पुराणवस्तू संशोधन या विषयात काही आस्था आहे?"

"असावी. ज्या ज्या गोष्टींमध्ये अंकल गुथ्रीला रस आहे त्या त्या गोष्टींमध्ये फ्लॉरेन्स इन्गललाही कुतूहल असतं."

"डोर्लाशी लग्न करायच्या आधीही काही काळ तिची अंकल गुथ्रीशी मैत्री होती?"

"हो."

"आणि त्यांच्या जवळच्या मित्रांना तो बहुधा फ्लॉरेन्स इन्गलशीच लग्न करेल असं वाटत होतं?"

"मी तसं ऐकलं आहे."

"फ्लॉरेन्सला डोर्ला आवडते?"

"असावी. नेहमी गोड बोलते तिच्याशी."

"टेड, माझ्याकडे बघ. माझ्या डोळ्यात बघ. आता सांग मला की, तिला डोर्ला आवडत होती?"

टेडने एकदा दीर्घ श्वास घेतला. "ती डोर्लाचा तिरस्कार करत होती."

"हे ठीक बोललास. फ्लॉरेन्स इन्गलनेच पार्टी दिली होती?"

"हो."

"आणि तू तुझ्या अंकलला आणि डोर्लाला सोडायला स्टेशनवर गेला होतास. तुमच्यापैकी इतरही काही जण होते."

"हो."

"हे करायला तू पार्टी सोडून निघाला होतास?"

"हो."

"त्यांनी आगगाडी कुठल्या स्टेशनवर पकडली?"

"आर्केड स्टेशन."

"नंतर तू पुन्हा पार्टीला गेलास?"

"हो."

"डोर्ला अल्हाम्ब्रा-पासादेना स्टेशनवर उतरणार होती?"

"हो."

"आणि परत कशी येणार होती?"

"टॅक्सीने. ती घरी जाणार होती... म्हणजे तिच्या घरी."

"आणि तू पुन्हा फ्लॉरेन्स इन्गलच्या पार्टीला गेलास?"

"हो."

"मॅरिलिन कीथही तिकडे परत आली होती?"

"हो. मिसेस इन्गलने तिला यायला सांगितलं, तीही आली."

"तू तिच्याशी बोललास?"

"मिसेस इन्गल?"

"नाही, मॅरिलिन कीथशी."

"थोडंफार... जास्ती नाही. ती फार गोड मुलगी आहे. हुशारही आहे."

"आणि या सर्व गोष्टी रात्रीच्या जेवणानंतर झाल्या?"

"हो सर."

"तू परत तिथे गेलास तेव्हा साधारण किती वाजले होते?"

"मी म्हणेन... साधारण... माहीत नाही, पण तरी फ्लॉरेन्स इन्गलच्या घरी पोहोचलो तेव्हा साडेआठ-नऊ वाजले असतील."

"आणि किती उशीर होईपर्यंत तू तिथे थांबला होतास?"

"मला आठवतं त्याप्रमाणे थोडंफार नृत्य, गप्पा वगैरे झाल्यावर लोक निघायला लागले."

"किती माणसं होती?"

"खूप नाही. अठरा किंवा वीस असतील."

"आणि तू तुझी स्पोर्ट्स कार चालवत नव्हतास?"

"नाही. मी मोठी गाडी घेतली होती."

"का?"

"कारण मी अंकलला स्टेशनवर सोडणार होतो आणि त्यांचं सामान माझ्या गाडीत होतं."

"पार्टीला परत गेल्यावर काय घडलं?"

"दोनतीन ड्रिंक्स घेतली. जास्ती नाहीत, पण दहा वाजताच्या सुमाराला स्कॉच आणि सोडा घेतला आणि पिताक्षणी वाटलं की, काहीतरी गडबड होते आहे."

"नक्की काय झालं?"

"मला दोन दोन प्रतिमा दिसायला लागल्या... आजाऱ्यासारखं झालं."

"मग तू काय केलंस?"

"मला उघड्या हवेत जावंसं वाटायला लागलं. मी बाहेर जाऊन थोडा वेळ गाडीत बसलो. आणि नंतरचंच माहीत नाही... मी जागा झालो तेव्हा मोठ्या गाडीतच होतो. मी दुसऱ्या कुणाला सांगितलेलं नाही, पण मॅरिलिन कीथ गाडी चालवत होती."

"तू बोललास तिच्याशी?"

"मी काय झालं असं तिला विचारलं. ती म्हणाली की बोलू नकोस, मी ठीक राहीन."

"आणि नंतर?"

"अंगातली ताकदच नष्ट झाल्यासारखं मला वाटत होतं. मी तिच्या खांद्यावर डोकं ठेवलं आणि माझी शुद्ध हरपली."

"नंतर?"

"पुढली कळलेली गोष्ट म्हणजे मी माझ्या बेडवर होतो. चार वाजून पस्तीस मिनिटं झाली होती."

"तू तुझ्या घड्याळाकडे बघितलंस?"

"हो."

"कपडे काढलेले होते?"

"हो."

"पायजमा चढवलेला होता?"

"हो."

"कपडे काढल्याचं आठवतं तुला?"

"नाही."

"मॅरिलिन कीथने तुला घरी आणून सोडल्यावर तू पुन्हा बाहेर गेला होतास?"

"मिस्टर मेसन, ते कळावं अशी माझी खूप इच्छा आहे. मी कुणाशी बोललेलो

नाही, पण मला माहीत नाही; पण गेलो असणार."

"गेलो असणार असं का म्हणतोस तू?"

"कारण गाडीची चावी माझ्याकडे होती."

"म्हणजे?"

"ती माझ्या पॅन्टच्या खिशात होती."

"त्याच ठिकाणी तू ती नेहमी ठेवतोस ना?"

"*मी ठेवतो.* गाडी आणून उभी केली की, किल्ली काढतो आणि खिशात ठेवतो, पण मॅरिलिन कीथ किल्ली तिथे ठेवेल असं मला वाटत नाही."

"गाड्यांनाच किल्ल्या लावून त्या गराजमध्ये सोडत नाहीस तू?"

"नाही. कुटुंबातल्या प्रत्येकाकडे प्रत्येक गाडीची वेगळी चावी आहे."

"मॅरिलिन कीथला किती ओळखतोस?"

"अंकलच्या ऑफिसमध्ये कधीकधी बघितलं आहे तेवढंच."

"तिला घेऊन कधी बाहेर गेला आहेस?"

"नाही."

"आवडते?"

"आता आवडते. यापूर्वी विशेष लक्षातही आली नव्हती. ती अंकल ॲडिसनची सेक्रेटरी आहे. अंकल ॲडिसनला भेटायला गेलो की, नेहमी हसून सरळ आत जायला सांगायची. एक स्त्री म्हणून तिच्याकडे बघितल्याचं किंवा तसा विचार केल्याचं आठवत नाही. पार्टीमध्ये तिच्याशी बोलताना ती सुंदर असल्याची जाणीव झाली. आणि नंतर बरं नाहीसं वाटायला लागल्यावर... मला वर्णन करून नाही सांगता येत मिस्टर मेसन; पण काहीतरी झालं. मी तिचा आधार घेत होतो... खूप त्रास दिला असणार, पण तिने अजिबात तसं दाखवलं नाही. किती गोड वागली, विचारपूर्वक आणि हुशारीनेही."

"तिनेच तुला बेडवर झोपवलं?"

"ती मला वरच्या मजल्यावरच्या माझ्या खोलीत घेऊन गेली."

"आणि एकाएकी ती तुला आवडते असं वाटलं तुला?"

"हो."

"फ्लॉरेन्स इन्गलबद्दल सांग थोडं. अंकलशी तिची ओळख झाली तेव्हा तिचं लग्न झालेलं होतं?"

"हो."

"तिच्या नवऱ्याला काय झालं?"

"अपघातात मरण पावला."

"कुठे?"

"विमान अपघात."
"वाहतुकीचं विमान?"
"नाही. खाजगी. कसलातरी शोध घेत होता."
"आणि तुझी ऑन्ट मार्था मरण पावण्यापूर्वी किती काळ आधी घडलेली गोष्ट आहे ही?"
"सहाएक महिने आधी, असं वाटतं मला."
"त्यानंतर इन्गलने पुन्हा अंकल गुथ्रीशी मैत्री चालू ठेवली?"
"हो."
"मग डोर्ला आली आणि तिने तुझ्या अंकलला इन्गलची पर्वा न करता पळवून नेलं?"
"तसंच बहुधा; पण मला त्या बाबतीत काही म्हणायचं नाही."
"मला माहीत हवी असं वाटणारी आणखी एखादी गोष्ट आहे?"
"एकच."
"कुठली?"
"मोठ्या गाडीचा स्पीडोमीटर."
"त्याचं काय?"
"त्याच्यावरचा मैलांचा आकडा वाढला होता."
"कधी?"
"दुसऱ्या दिवशी सकाळी."
"आणि हे तुझ्या लक्षात येण्याचं काय कारण?"
"आम्ही स्टेशनवर पोहोचलो तेव्हा सहज माझं लक्ष गेलं होतं. कार सर्व्हिसिंगला द्यावी लागणार होती आणि ते काम मी करणारच होतो. मी स्टेशनवर जाताना बरोबर दहा हजार मैल झालेले दिसले. अंकल गुथ्रीही म्हणाला होता की, आता सर्व्हिसिंग करून घ्यायला पाहिजे. त्यानंतर फार तर वीसपंचवीस मैल वाढायला हवे होते."
"पण आकडा त्याहून जास्ती होता?"
"मी तरी तसंच म्हणेन."
"किती जास्ती?"
"निदान पंचवीस मैल."
"याबद्दल कुणाशी बोललास तू?"
"नाही सर."
"हाऊलॅन्डला सांगितलंस?"
"नाही सर."

"आत्ता आपण बोलतो आहोत त्यातलं काही हाऊलॅन्डशी बोलला होतास?"

"नाही सर. त्याने मला सांगून ठेवलं होतं की, त्याने विचारेपर्यंत मी त्याला कुठलीही गोष्ट सांगायची नाही. त्याला सरकारी पक्षाच्या केसमधले दोष शोधून काढून केसेस लढवायला आवडतात. उघड उघड दोन हात करायची पाळी आली असती, तर तो मला साक्षीदाराच्या पिंजऱ्यात उभं करून काही प्रश्न विचारणार होता; पण गरज नसती, तर त्याला कुठल्याच प्रश्नांची उत्तरं माहीत असण्याची आवश्यकता नव्हती."

"तेव्हा तू त्याला काहीही सांगितलं नाहीस?"

"नाही सर. मी त्याला एवढंच म्हटलं की, मी माझ्या गाडीने कुणालाही धक्का दिलेला नाही. बस्स."

"पण किल्ली तुझ्या खिशामध्ये सापडली आणि जास्ती मैल गाडी चालवली गेली आहे म्हणून तुला वाटतं की, गाडी पुन्हा बाहेर नेली होती?"

"हो सर. *किल्ली माझ्या पॅन्टच्या खिशात होती म्हणून!*"

"पण तुला काय माहीत की, मॅरिलीन कीथ तुला सरळ घरी घेऊन गेली होती म्हणून? तुला घरी सोडण्यापूर्वी तू थोडाफार शुद्धीत येण्याची वाट बघत कशावरून ती गाडी दुसरीकडे कुठे घेऊन गेली नसेल? आणि नंतर थांबण्यात अर्थ नाही अशा विचाराने परत घरी घेऊन गेली नसेल?"

"ते मला माहीत नाही."

"ठीक आहे." मेसन म्हणाला. "मला हवी ती सर्व माहिती तू मला दिली आहेस. आता तू काहीही करू नकोस."

"काय होणार आहे मिस्टर मेसन? जज मला सोडून देणार आहेत का?"

"मला तसं वाटत नाही."

"मिस्टर मेसन, तुम्हाला वाटतं... तुम्हाला वाटतं मीच त्या माणसाला ठार मारलं असण्याची *शक्यता* आहे म्हणून? मी कुणालाही ठार मारू शकेन अशी शक्यता आहे म्हणून?"

"मला माहीत नाही." मेसनने उत्तर दिले. "कोणीतरी तुझ्या कपाटातलं पिस्तूल बाहेर काढलं, एका माणसाला ठार मारलं आणि नवीन गोळ्या भरून ते पुन्हा जागेवर ठेवलं."

"मला ते कळतच नाही." टेड बाल्फोर म्हणाला. "मी... मी *आशा करतो आहे* की, मीच पुन्हा बाहेर गेलो नव्हतो म्हणून."

"तू गेला असतास, तर तू पिस्तूल घेऊन गेला नसतास."

त्या तरुण माणसाचे गप्प बसणेच मेसनच्या ध्यानात आले.

"गेला असतास?" मेसनने जोरात विचारले.

"मला माहीत नाही.''

"त्या पिस्तुलाचं काय?'' मेसनने विचारले, "ते तुझ्याकडे होतं?''

"ते गाडीच्या ग्लोव्ह कम्पार्टमेंटमध्ये होतं.''

"काय?''

बाल्फोरने मान डोलावली.

"ते ग्लोव्ह कम्पार्टमेंटमध्ये *का* ठेवलं होतंस ते सांग मला.''

"मला भीती वाटत होती.''

"कसली?''

"मी जुगार खेळलो होतो थोडाफार... पत्त्यांचा; आणि हरत गेलो होतो. मला धमकी मिळाली होती. ते पैसे वसूल करण्यासाठी *कलेक्टर* पाठवणार होते. त्याचा अर्थ कळतो तुम्हाला मिस्टर मेसन... पहिल्या वेळेला तो फक्त हाणतो तुम्हाला. आणि नंतर... पैसे द्यायलाच हवेत.''

मेसन त्या तरुणाकडे बघतच बसला. त्याच्या डोळ्यात राग होता. "मग यापूर्वी हे तू का सांगितलं नाहीस मला?''

"मला लाज वाटत होती.''

"गाडीत ठेवलेल्या .२२ या पिस्तुलाबद्दल पोलिसांना सांगितलं होतंस?''

बाल्फोरने नकारार्थी मान हलवली.

"जुगाराबद्दल?''

"नाही.''

"स्पीडोमीटरवरच्या मैलांच्या आकड्याबद्दल? गाडीची चावी तुझ्या पॅन्टच्या खिशात सापडली होती त्याबद्दल?''

"नाही सर. नाही सांगितलेलं.''

"ग्लोव्ह कम्पार्टमेंटमधून पिस्तूल काढून पुन्हा कपाटात कधी ठेवलंस?''

"माहीत नाही. खरंच माहीत नाही. मॅरिलीन कीथ मला घरी सोडून परत गेल्यावर मीच गाडी घेऊन पुन्हा बाहेर पडलो वाटायचं, त्याचं आणखी एक कारण म्हणजे दुसऱ्या दिवशी सकाळी पिस्तूल पुन्हा गनकेसमध्ये घालून ड्रॉवरमधल्या आपल्या जागेवर होतं. मॅरिलिन ग्लोव्ह कम्पार्टमेंटमधून पिस्तूल काढणं शक्य नाही. काढलं असतं, तरी मी ते कुठे ठेवतो, हे तिला माहीत असणं शक्य नाही. ते कपाटात अगदी नेहमीच्या जागी ठेवलेलं होतं.''

"तू चांगलाच अडकणार आहेस या केसमध्ये.'' मेसन विचार करत म्हणाला.

"कल्पना आहे मला.''

"ठीक आहे.'' मेसन म्हणाला. "तू आता कुणाबरोबरही बोलायचं नाहीस. पोलिसांनी प्रश्न विचारले, तर एकाही प्रश्नाचं उत्तर द्यायचं नाहीस. बहुधा ते

तुझ्याकडून आणखी काही माहिती मिळवण्याचा प्रयत्न करणारही नाहीत. केलाच, तर माझ्याशी बोलायला सांगायचं. सांग त्यांना की, मी तुझा वकील आहे आणि तू काहीही बोलायला तयार नाहीस.''

"आणि तांत्रिक मुद्यावर जज मला नक्की सोडणार नाही?''

मेसनने नकारार्थी मान हलवली. "कायद्याबद्दलची त्यांची कल्पना आणि त्यांची सदसद्‌विवेकबुद्धी यांच्यामध्ये ते हेलकावे खात आहेत. ते तुला मुक्त करणार नाहीत.''

"तुम्ही तो मुद्दा का काढलात?''

"प्रॉसिक्यूटरला घाबरवून टाकण्यासाठी. त्यांच्या लक्षात आलं आहे की, त्यांच्या सरळपणे चालणाऱ्या यंत्रामध्ये एक कुठल्याही नटला बसेल असा पाना अडकला आहे आणि कोणत्याही क्षणी त्यांचे गिअर नादुरुस्त होऊ शकतात. या क्षणापासून तू ताठ उभं राहून प्रत्येक गोष्टीला धीराने तोंड द्यायला हवंस.''

"ते मी नक्की करेन मिस्टर मेसन; पण खरोखर काय घडलं ते समजून घ्यायला मला आवडेल. अरे देवा! माझा विश्वासच बसत नाही. मी त्या माणसाला ठार मारलेलं असणं शक्य नाही! खात्री आहे मला तशी.''

"गप्प बसून राहा.'' मेसनने पुन्हा त्याला सूचना दिली. "वृत्तपत्रांच्या वार्ताहरांशी बोलू नकोस. पोलिसांशी बोलू नकोस. मी हजर असल्याशिवाय कुणाशीही बोलू नकोस. मी पुन्हा भेटेनच तुला.''

अर्ध्या तासाने जज कॅडवेल परतले आणि त्यांनी हेबिअस कॉर्पसच्या विनंतीवरची सुनावणी सुरू केली.

"या तांत्रिक मुद्यांमध्येही बरंच तथ्य आहे, ही आश्चर्याचीच गोष्ट आहे.'' त्यांनी कबूल केलं. "आरोपी कायदेशीर तांत्रिक तरतुदींचा आधार घेऊन त्यामागे स्वत:ला दडवू शकतो, याच गोष्टीचा खरा तर कोर्टाला धक्का बसला आहे. कायदा काहीही म्हणत असला, तरी दोन मुद्यांचा विचार करायलाच हवा. तांत्रिक हरकतींच्या आधाराने खुनाच्या आरोपामधून बचाव करून घेण्यासाठी ही परिस्थिती जाणूनबुजून निर्माण करण्यात आली आहे, ही शक्यता मी लक्षात घेतो आहे. दुसरा मुद्दा असा आहे की, वरच्या कोर्टानेच याबाबतचा निर्णय द्यावा असं मला वाटतं. मी त्याचा हेबिअस कॉर्पसचा अर्ज मान्य केला, तर तो सरळ मुक्त होईल आणि अमान्य केला, तर वन्स इन जिओपार्डी – दुसऱ्यांदा खटला भरला जाण्याचा धोका – या मुद्यावर हे प्रकरण वरिष्ठ कोर्टात नेता येईल.

"खटला सुरू झाला की, इतर अनेक मुद्यांबरोबर हा मुद्दादेखील चर्चेसाठी उपस्थित केला जाणार आहे. त्यामुळे या मुद्यावर कोर्ट आत्ता कुठलाही निर्णय देणार नाही. हे कोर्ट हेबिअस कॉर्पसचा अर्ज अमान्य करून आरोपीला शेरीफच्या ताब्यात

देण्याचा हुकूम देत आहे.''

कोर्टरूम सोडून बाहेर पडताना मेसनचा चेहरा भावनारहित होता. पॉल ड्रेकने त्याला कॉरिडॉरमध्येच गाठले.

''तुला त्या टेपरेकॉर्डरची सर्व माहिती हवी होती.'' ड्रेक म्हणाला. ''मी रेकॉर्डरचा सिरिअल नंबर उत्पादकाला तारेने कळवला. त्याने त्याच्या वितरकाचं नाव दिलं. वितरकाने त्याचं रेकॉर्ड बघून कोणत्या विक्रेत्याकडे तो पाठवला गेला होता सांगितलं. शेवटी आपल्याला हवी ती माहिती मिळाली.''

''कोणी विकत घेतला होता तो?''

''बिल्शायर डिस्ट्रिक्टमध्ये राहणाऱ्या फ्लॉरेन्स इन्गल नावाच्या स्त्रीने. नाव ओळखीचं वाटतंय?''

''चांगलंच! मिसेस इन्गल सध्या कुठे आहे?''

''तू हा प्रश्न विचारणार, असं वाटलंच होतं मला. तेच मोठं काम ठरलं.''

''आहे कुठे ती?''

''तिने विमान पकडलं. ती मायामीला गेल्यासारखं वाटलं. तिथून ॲटलान्टिक सिटी; पण ॲटलान्टिक सिटीला पोहोचलेली स्त्री मिसेस इन्गल नव्हतीच. त्याच नावाने हॉटेल रजिस्ट्रेशन केलं असलं, तरी स्त्री वेगळीच होती.''

''वर्णन आहे?''

''फ्लॉरेन्स इन्गलचं वय अडोतीसच्या जवळपास असावं. श्रीमंत, चणीने छोटी, आकर्षक, स्वत:ची व्यवस्थित काळजी घेणारी. उत्तम गोल्फ खेळणारी, सावळा रंग, काळेभोर मोठे डोळे, पाच फूट दोन इंच, एकशे सतरा पौंड, फारच मोहक हालचाली करणारी, हिऱ्यांचे अलंकार वापरणारी, उच्च कुलीन, पण तशी एकटी एकटी राहणारी. फ्लॉरेन्स इन्गल आहे, अशी बतावणी करणारी स्त्री थोडीफार तिच्यासारखी दिसणारी असली, तरी जरा वजनदार होती, समाजातल्या वरच्या थरामधल्या लोकांमध्ये वावरण्याची सवय नसणारी होती. श्रीमंत आहे दाखविण्याच्या नादात तिने प्रत्येक गोष्टीत अतिरेकच केला आणि मग नाहीशी झाली. कुठलाही मागमूस न सोडता पार अदृश्य झाली. हॉटेलमध्ये खूप बॅगेज पडलेलं आहे. बिल मात्र पूर्ण भरलं होतं. तेव्हा हॉटेलने सामान सांभाळून ठेवलं आहे.''

''ते सर्व जाऊ दे. तुला खूप त्रास पडला आहे. माझ्या लक्षात आलं. फ्लॉरेन्स इन्गल आत्ता कुठे आहे, हे तुझ्या माणसांनी शोधून काढलं की नाही?''

''त्यांनी चांगलं काम केलं आहे पेरी. तू ते लक्षात ठेव.''

''कळलं, कळलं मला. ती आत्ता कुठे आहे?''

''कॅलिफोर्नियातल्या रिव्हरसाइट या ठिकाणी. फ्लॉरेन्स लॅन्डिस या नावाने

राहते आहे. लग्नाआधीचं नाव. पूर्वेकडून आलेली श्रीमंत विधवा असं दाखवते आहे."

"आता आपल्या हाताला काहीतरी लागायला लागलं आहे." मेसन म्हणाला.

१४

पेरी मेसन काही मिनिटे सिगार काउन्टरजवळ उभा राहिला, सिगारेट पेटवून वेळ काढत हळूहळू स्विमिंग पूलजवळच्या टेबलांपाशी गेला. हॉटेलच्या प्रवेशद्वाराच्या दिशेने निघाला; विचार बदलून थांबला. हातपाय ताठ करत, आळस झटकून पुन्हा स्विमिंग पूलकडे गेला, एका खुर्चीत बसला.

त्याच्या शेजारच्या खुर्चीत बसलेल्या आकर्षक स्त्रीने आपल्या काळ्या चष्म्याआडून त्याच्याकडे हळूच नजर टाकली. बाजूने बघतानाही त्याची दणकट शरीरयष्टी लक्षात येत होती. बराच वेळ त्याचे निरीक्षण करून तिने पूलमध्ये पोहणाऱ्यांच्या दिशेने बघितले.

"तुम्हाला इथे बोलायला आवडेल की तुमच्या खोलीत मिसेस इन्गल?" न वळता गप्पा मारत असल्यासारखे मेसनने विचारले.

विजेचा धक्का बसावा तशी ती ताडकन उठली, उभी राहायला लागली आणि पुन्हा खुर्चीत कोसळली. "माझं नाव फ्लॉरेन्स लॅन्डिस आहे."

"तेच नाव तुम्ही रजिस्ट्रेशन करताना सांगितलं आहे." मेसन म्हणाला. "लग्नापूर्वीचं नाव. तुमचं खरं नाव फ्लॉरेन्स इन्गल आहे. अॅटलांन्टिक सिटीमध्ये तुम्ही सुटीवर गेल्या आहात म्हणे! इथे बोलायला आवडेल की तुमच्या खोलीत?"

"माझ्याकडे बोलण्यासारखं काही नाही."

"माझ्या मते आहे." मेसन म्हणाला. "मी पेरी मेसन."

"तुम्हाला काय माहिती हवी आहे?"

"मी टेड बाल्फोरचं प्रतिनिधित्व करतो आहे. तुम्हाला जी माहिती आहे, ती मला हवी आहे आणि *सर्व माहिती* हवी आहे."

"टेडला मदत होईल असं काहीही मला माहीत नाही."

"मग ही लपवाछपवी कशासाठी?"

"कारण मला असलेली माहिती, मिस्टर मेसन, तुमच्या अशिलाच्या दृष्टीने वाईट आहे. म्हणून मी सगळ्यांपासून लांब राहायचा प्रयत्न करते आहे. प्लीज. मला माहिती द्यायला भाग पाडू नका. तुम्हालाच नंतर पश्चात्ताप होईल."

"सॉरी. तुम्हाला जी माहिती आहे, ती मला कळायला हवी."

"मी धोक्याची सूचना दिली आहे मिस्टर मेसन."

"तुम्ही माझ्याशी बोलू शकता. सरकारी वकिलाशी बोलायची गरज नाही."

"पण मला काहीतरी माहिती आहे, असा समज तुम्ही का करून घेतला आहे?"

"साक्षीदार पळत असेल, तर ती कशापासून पळ काढते आहे आणि का, हे मला कळून घ्यायला आवडतं."

"ठीक आहे. हे सर्व कशाबद्दल चाललं आहे, ते मी सांगते तुम्हाला. टेड बाल्फोरने एकाला ठार मारलं आणि मग तो गाडीच्या अपघातात मरण पावला, असं दाखवायचा प्रयत्न केला."

"आणि असं का वाटावं तुम्हाला?"

"कारण टेड विचित्र परिस्थितीत अडकला आहे. टेडला एक ठरावीक रक्कम मिळते. त्याहून जास्ती खर्च तो करू शकत नाही. जास्ती पैशाच्या आशेने तो जुगार खेळायला लागला, कर्जात बुडाला आणि परतफेड करायला त्याच्याकडे पैसे नव्हते; पण त्याची पत चांगली होती... नेहमीचीच कथा. त्याला हवे तसे पत्ते लागले नाहीत आणि तो चांगलाच अडचणीत आला.

"तो कशात गुंतला आहे, हे त्याच्या दोघांतल्या एका काकाला जरी कळलं असतं, तरी त्याचा वारसाहक्कच नाहीसा झाला असता. निदान टेडला तसं वाटत होतं. त्यांनी त्याला पार घाबरवून सोडलं आहे. माझी खात्री आहे की, त्यांनी त्याला घाबरवलं असलं, तरी त्याचा वारसाहक्क ते कधीच नाकारणार नाहीत."

"पुढे बोला." मेसन म्हणाला. "मला वाटतं तो तुमच्याकडे आला."

"बरोबर."

"त्याने काय सांगितलं तुम्हाला?"

"तो म्हणाला की, त्याला वीस हजार डॉलर्स मिळवायलाच पाहिजेत, नाहीतर त्याची अवस्था वाईट होईल."

"त्याला तसं का वाटत होतं?"

"त्याने त्याच्याकडे असलेलं पत्रच मला दाखवलं."

"कुणाकडून आलेलं?"

"पत्रावर सही नव्हती, पण ते कुणी लिहिलं होतं, ते त्याला माहीत होतं."

"कोणी लिहिलं होतं?"

"सिन्डिकेट."

"पुढे बोला."

"त्यात लिहिलं होतं की, कर्जाऊ रक्कम परत करण्याबाबत दिलेला शब्द न पाळणारी माणसं त्यांना आवडत नाहीत. त्याने पैसे दिले नसते, तर वसुलीसाठी ते

कलेक्टर पाठवणार होते.''

''वीस हजार डॉलर्स ही खूप मोठी रक्कम आहे.''

''त्यांनी त्याला पद्धतशीर फसवलं. प्रथम त्याला पैसे परत करता येणार नाहीत अशा स्थितीत आणलं आणि मग त्याला चांगले पत्ते मिळणारच नाहीत, याची काळजी घेतली.''

''आणि एकदा कचाट्यात सापडल्यावर त्याचा गळा पकडला. बरोबर?''

''बरोबर.''

''तुम्ही वीस हजार डॉलर्स दिलेत त्याला?''

''नाही दिले. आता वाटतं द्यायला हवे होते. त्या वेळी माझ्या मनात विचार होता की, टेडला एकदा धडा मिळायलाच हवा. मी पैसे दिले असते, तर माझे पैसे परत करण्यासाठी तो पुन्हा भलत्याच गोष्टी करायला लागला असता, अशी मला भीती वाटली. मला वाटत होतं की, त्याने आता जबाबदारीने वागायला हवं. मिस्टर मेसन, त्याला पैसे न देण्याच्या निर्णयाचं मला किती दुःख होतं आहे, याची तुम्हाला कल्पना नाही.

''या सगळ्या प्रकरणाने टेड पार टेकीला आला. त्याने मला सांगितलं की, त्याच्या गाडीच्या ग्लोव्ह कम्पार्टमेंटमध्ये एक .२२ ऑटोमॅटिक आहे. कोणीतरी त्याला बाजूला नेऊन मारहाण केल्यावर ती कोणी केली याची काही कल्पना नाही असं तो पोलिसांना सांगणं अशक्य होतं. तो ते ऑटोमॅटिक वापरणार होता. पैसे मिळाले असते, पण थोडा वेळ लागणार होता. त्याच्यासाठी त्याच्या आई-वडलांनी एक ट्रस्ट बनवला होता. तो ट्रस्टीला परिस्थिती समजावणार होता, पण ट्रस्टी रजेवर होता आणि म्हणून त्याला जास्ती वेळ हवा होता.''

''ठीक आहे.'' मेसन म्हणाला, ''नंतर काय झालं?''

''तो मेलेला माणूस *कलेक्टर* असणार.'' ती म्हणाली. ''लक्षात नाही येत? म्हणून टेडने त्याला ठार मारलं आणि तो *हिट-अँड-रन* अपघातात मरण पावला, असा आभास निर्माण करायचा प्रयत्न केला.''

मेसनने क्षणभर तिच्याकडे विचारपूर्वक बघितले. ''हे सर्व तुम्ही फार सहजतेने सांगितलंत.''

''सत्य आहे ते.''

''खात्री आहे माझी. मी एवढंच म्हटलं की, हे सर्व तुम्ही मला फार सहजतेने सांगितलंत.''

''सांगायलाच लागलं. तुम्ही अडकवलंत मला. तुम्ही मला कसं शोधून काढलंत, ते मला माहीत नाही; पण एकदा शोधल्यावर मला असलेली माहिती तुम्हाला सांगणं भागच होतं. मग ती माहिती कुणाच्या का दृष्टीने वाईट असेना.''

"इथपर्यंत ठीक आहे." मेसन म्हणाला. "आता तुम्हाला कोणी प्रश्न विचारू नयेत म्हणून तुम्ही जे कष्ट घेतलेत त्याचं खरं कारण सांगा."

"मला माहीत असलेलं सगळं सांगून झालं तुम्हाला."

"टेप रेकॉर्डरचं काय?"

"कुठला टेप रेकॉर्डर?"

"तुम्ही विकत घेतला तो. वॉल स्नूपर."

"तुम्ही काय बडबडता आहात ते कळत नाही मला."

"तुम्ही सरळपणे सगळं सांगावं हे बरं!" मेसन म्हणाला, "बोलून टाका बघू."

"मिस्टर मेसन, तुम्ही माझ्याशी या तऱ्हेने बोलू शकत नाही. मला हवं त्याप्रमाणे नाचवता येईल असं वाटलंच कसं तुम्हाला? तुमच्या वागण्याची तऱ्हा फार अपमानास्पद आहे. मी नेहमीच खरेपणाने वागणारी स्त्री आहे. कुणीही यावं आणि दमबाजी करून काही करावयास भाग पाडावं अशी मला सवय...."

मेसनने खिशात हात घालून एक घडी घातलेला कागद काढला आणि तो तिच्या मांडीवर टाकला.

"तो काय कागद आहे?" तिने विचारले.

"सरकार विरुद्ध बाल्फोर या केसमधली समन्सची तुमची कॉपी. ही मूळ प्रत. क्लार्कची सही आणि कोर्टाचं सील असलेली. ट्रायलच्या वेळी हजर राहा, नाहीतर कोर्टाची बेअदबी केल्याबद्दल तुमच्याविरुद्ध कारवाई सुरू होईल."

मेसन उठला आणि पुढे म्हणाला, "हे करावं लागल्याचं मला वाईट वाटतं आहे, पण तुम्हीच हे ओढवून घेतलं आहे मिसेस इन्गल. सध्या निरोप घेतो तुमचा."

त्याने दोन पावलं टाकली असतील आणि तिचा आवाज त्याच्या कानांवर पोहोचला. "थांबा, थांबा, कृपा करून थांबा मिस्टर मेसन."

मेसन थांबला. मान मागे वळवून त्याने तिच्याकडे बघितले.

"मी... मी खरं ते सांगते, पण हे करू नका, मिस्टर मेसन, तुम्ही हे करू शकत नाही. करता कामा नये."

"काय करता कामा नये?"

"या केसमध्ये साक्ष देण्यासाठी समन्स बजावता कामा नये."

"का?"

"मला साक्षीदाराच्या पिंजऱ्यात उभं केलंत, तर गहजब होईल."

"थांबू नका." मेसन म्हणाला. "बोलत राहा."

त्याच्या कठोर मुद्रेकडे ती बघत बसली. तिचा स्वत:चा चेहरा घाबरलेला होता, पांढराफटक पडला होता.

"ते धैर्य माझ्यात नाही... मी... मी बोलूच शकत नाही."

"का नाही?"

"त्याने तुम्हाला मदत होणार नाही मिस्टर मेसन... सगळा अनर्थ होईल."

"ठीक आहे. तुमच्याकडे समन्स आहे. साक्ष द्यायला कोर्टात हजर राहा."

"पण तुम्ही मला साक्ष देण्यासाठी बोलावता कामा नये. मी जर टेड बाल्फोरने मला काय करायला सांगितलं होतं ते सांगितलं, त्याच्या पैशाच्या गरजेबद्दल, *कलेक्टरबद्दल* सांगितलं तर..."

"तुमच्यावर कोणीही विश्वास ठेवणार नाही. मी तुमच्यावर समन्स बजावलं आहे, कारण तुम्ही कुठेतरी दडी मारायच्या तयारीत आहात. या समन्समुळे तुम्हाला तोंड दाखवावंच लागेल. खरी गोष्ट मला कळावी, एवढ्याचसाठी ही धडपड आहे. इतकी काळजी घेण्यासारखी काही माहिती तुमच्याकडे असेल, तर ती काय आहे, हे मी शोधून काढणारच."

आपण बेशुद्ध पडणार की काय अशा तऱ्हेने तिने त्याच्याकडे बघितले. मग कसाबसा स्वत:च्या मनावर ताबा मिळवला. "बारमध्ये या. तिथे आपण मोकळेपणाने बोलू शकू."

"तुम्ही मला खरं ते सांगणार आहात?" मेसनने विचारले.

तिने मान डोलावली.

"चला, जाऊ या." त्याने बारच्या दिशेने पावले टाकायला सुरुवात केली.

वेटर निघून गेल्यावर त्याने विचारले, "मग काय बोलायचं आहे तुम्हाला?"

"मी कुणालातरी वाचवायचा प्रयत्न करते आहे मिस्टर मेसन."

"माझा विश्वास आहे त्या गोष्टीवर." मेसन म्हणाला.

"माझं ज्याच्यावर प्रेम आहे त्याला."

"गुथ्री बाल्फोर?" मेसनने विचारले.

क्षणभर ती नाही म्हणणार वाटत होते; पण नंतर भरल्या डोळ्यांनी तिने मान हलवली.

"ठीक आहे." मेसन म्हणाला. "या वेळी तरी खरं बोला."

"मी सहजपणे खोटं बोलू शकत नाही मिस्टर मेसन. खोटं बोलायचं कधी कारणही पडलं नाही."

"माहीत आहे मला." मेसनने सहानुभूतीने मान हलवली.

तिने तिचा काळा चष्मा काढला होता. वकिलाकडे बघणाऱ्या डोळ्यात निराशा होती. झोप न मिळाल्यामुळे डोळ्यांभोवती काळी वर्तुळे पडली होती. ते थकलेले दिसत होते.

"मग? खरोखर काय घडलं?"

"मिस्टर मेसन, डोर्ला बाल्फोर ही एक कारस्थानी आणि दुष्ट स्त्री आहे आणि

गुथ्री बाल्फोरवर तिची जबरदस्त मोहिनी पडली आहे. ती त्याच्यायोग्य स्त्री नाही. तो आपला वेळ फुकट घालवतो आहे आणि तरी... कधीकधी वाटतं की तिने त्याला कशाततरी जबरदस्त अडकवलं आहे आणि तो त्यामधून आपली सुटका करून घेऊ शकत नाही.''

"असं तुमच्या मनात का यावं?''

"ती त्याला आपल्या बोटाभोवती खेळवते आहे. सांगते, सर्व कथाच सांगते. नीट ऐका. मध्ये अडथळा आणू नका. अत्यंत अविश्वसनीय कथा आहे. आणि त्यामध्ये असलेल्या माझ्या सहभागाबद्दल मला अजिबात अभिमान वाटत नाही... पण त्यामुळे अनेक गोष्टींचा उलगडा होईल.''

"बरं, सांगायला सुरुवात करा.''

"डोर्ला बाल्फोर ही एक नीतिमत्ता वगैरे नसलेली, खालच्या दर्जाची स्त्री होती आणि आजही आहे. गुथ्रीला जेवढं लुटता येईल तेवढी ती लुटत असते आणि ज्या क्षणी तो शहर सोडून बाहेर जातो, त्या क्षणी ती दुसऱ्या कुणाच्यातरी गळ्यात पडत असते.''

मेसनने मान डोलावली.

"गुथ्रीच्या शेवटी हे लक्षात यायला लागलं होतं.'' ती म्हणाली. "त्याला घटस्फोट हवा होता, पण पोटगीदाखल अति पैसा द्यायचा नव्हता. घटस्फोटाबद्दल डोर्लाला चिंता नव्हती, पण तिचं लक्ष इस्टेटीवर आहे. ती देशातल्या उत्कृष्ट वकिलांकडे जाईल आणि कायदेशीरपणे त्याचा जितका छळ करता येईल तितका छळ करेल. गुथ्रीची सर्व प्रॉपर्टी भानगडींमध्ये अडकवून टाकेल. वेगवेगळ्या कारणांनी कोर्टात खेचून, कोर्टाचे हुकूम मिळवून त्याची इस्टेट त्याला वापरता येणार नाही अशी परिस्थिती निर्माण करेल आणि... आणि कुठे कुठे चिखलफेक करेल.''

"म्हणजे तुमचं नावही बदनाम करेल?'' मेसनने विचारले.

मिसेस इन्गलने नजर खाली वळवली.

"हो की नाही?'' मेसनने विचारले.

"हो,'' ती हळू आवाजात उद्‌गारली. "पण सहानुभूतीशिवाय माझ्या मनात काही नव्हतं.''

"आणि तुम्ही हे सिद्ध करू शकत नाही?'' मेसनने विचारले.

"तिने इतक्या घाणेरड्या गोष्टी अप्रत्यक्षपणे सुचवल्या असत्या की, आम्हा दोघांनाही तोंड बाहेर काढायची सोय राहिली नसती.''

"आत्ता आपण योग्य मार्गावर आहोत.'' मेसन म्हणाला. "आता पुढली कथा सांगा.''

"गुथ्री चिवावा शहरात जायला निघाला होता. म्हणजे... त्याने तिला तसं सांगितलं होतं. खरंतर तो लॉस एन्जलीसला आगगाडीत चढला आणि अल्हाम्ब्रा-पासादेना स्टेशनवर खाली उतरला."

"*त्याने* गाडी सोडून दिली?"

तिने मान डोलावली.

"डोर्ला ते करणार होती ना?" मेसनने विचारले.

"माहीत आहे मला. त्याने आखलेल्या योजनेचा तो एक भाग होता. पासादेना स्टेशनवर गाडी पोहोचल्यावर त्याने तिचा निरोप घेतला आणि नंतर पुन्हा गाडीत चढला. व्हेस्टिब्यूलचे – आगगाडीच्या डब्याच्या बाजूची मोकळी जागा – दरवाजे खाडकन बंद झाले. गुथ्रीने पोर्टरला काहीतरी निमित्ताने बाहेर पाठवलं आणि दुसऱ्या बाजूचा दरवाजा उघडून वेग घेणाऱ्या आगगाडीमधून खाली पाऊल टाकलं. आगगाडी निघून जाईपर्यंत डोर्ला टॅक्सीकॅबमध्ये बसली होती."

"आणि गुथ्री?"

"एका ड्राइव्ह युअरसेल्फ रेन्टल एजन्सीमधून त्याच दिवशी अगोदर त्याने एक गाडी भाड्याने घेतली होती आणि स्टेशनवर उभी करून ठेवली होती. त्या गाडीमधून तो तिच्या मागोमाग निघाला."

"म्हणजे आगगाडी निघून गेली तेव्हा गुथ्री किंवा डोर्ला यांच्यापैकी कुणीच गाडीमध्ये नव्हतं?"

"बरोबर."

"पुढे सांगा. नंतर काय झालं?"

"गुथ्रीने डोर्लाचा पाठलाग केला. मिस्टर मेसन, मी किती वेळा त्याला त्यापासून परावृत्त करण्याचा प्रयत्न केला! एखाद्या खाजगी गुप्तहेर संस्थेची नेमणूक कर, असं डझनभर वेळा तरी त्याला सांगितलं. ते त्यांचं नेहमीचं काम असतं; पण गुथ्रीला हे स्वत:च करणं भागही होतं म्हणा. डोर्लाने त्याच्यावर इतकी जबरदस्त मोहिनी टाकली होती की, स्वत:च्या डोळ्यांनी खात्री करून घेतल्याशिवाय त्याने तिच्याविरुद्ध कुणाचं काही ऐकलं नसतं.

"मला वाटतं, सत्य काय होतं, याची त्यालाही पूर्ण खात्री होती, पण तो स्वत:लाही चांगला ओळखत होता. त्याने स्वत: तिला नको त्या अवस्थेत पकडलं नसतं आणि पुरावा मिळवला नसता, तर सांगोवांगी गोष्टींच्या बाबतीत तिने गोड बोलूनच त्याला गुंडाळून टाकलं असतं. बाहेरच्या साक्षीदारांच्या मदतीशिवाय त्याला त्याचा पुरावा मिळवायचा होता. म्हणून त्याने मला त्याच्यासाठी टेप रेकॉर्डर घ्यायला सांगितला. नंतर काय घडतंय ते त्याला रेकॉर्ड करायचं... म्हणजे लक्षात आलं ना? ती त्या माणसाला भेटल्यावर...."

"डोर्लाने काय केलं?"

"ती गाडी घेऊन स्लीपी हॉलो मोटेलमध्ये गेली. तिच्या मित्राला भेटली. अगदी उत्कट मीलनही झालं."

"गुथ्री कुठे होता?"

"डोर्लाचा मित्र जिथे राहत होता, त्याच्या शेजारचंच युनिट त्याने मिळवलं होतं. त्याने मायक्रोफोन भिंतीला लावला होता आणि सर्वकाही रेकॉर्ड केलं होतं."

"तुम्ही त्याच्याबरोबर होता?"

"छे! मग तो जे करायचा प्रयत्न करत होता, ते सगळंच ओमफस झालं असतं."

"मलाही तसंच वाटत होतं; पण मग तुम्हाला हे सगळं कसं कळलं?"

"त्याने मला फोन केला होता."

"चिवावाहून?"

"नाही. हे सर्व मला माझ्या तऱ्हेने सांगू दे. प्लीज."

"बरं, पुढे?"

"काही वेळाने डोर्ला बाहेर पडली. ती म्हणाली की, तिला घरी जाऊन टेडला भेटून सांगायला पाहिजे की, ती घरी परतली आहे. ती पुढे म्हणाली की, एक सूटकेस घेऊन ती संध्याकाळी परत येईल."

"नंतर?"

"आणि आयुष्यात करायला नको होती अशी चूक गुथ्रीने केली." ती म्हणाली. "त्याने विचार केला की, शेजारच्या युनिटमध्ये जाऊन जॅक्सन ईगन या नावाने राहिलेल्या माणसाला समोरासमोर भेटून एकदाच सोक्षमोक्ष लावून टाकावा. एखादे वेळी घाबरून तो माणूस कबुलीजबाब लिहून देईल. भलतीच गोष्ट गुथ्रीच्या मनात आली होती. अगदी वेड्यासारखा विचार!"

"काय झालं?"

"ईगन हा मोटेलमधल्या विशेष प्रकाश नसणाऱ्या काळोख्या खोलीत होता. गुथ्रीने आत पाऊल टाकताक्षणी त्याने प्रखर फ्लॅशलाइट लावला आणि त्याच्या प्रकाशात गुथ्रीला काहीही दिसेनासं झालं. या उलट ईगनला त्याला भेटायला आलेला माणूस स्पष्ट दिसत होता. त्याने गुथ्रीला ओळखलं असणार. संतापलेला नवरा अलिखित कायद्याप्रमाणे वागणार असं वाटल्यावर त्याने एक खुर्ची गुथ्रीच्या दिशेने फेकली आणि नीट दिसू न शकणाऱ्या गुथ्रीला बहुतेक एक जोरदार ठोसा हाणला.

"टेडच्या नकळत गाडीमधल्या ग्लोव्ह कम्पार्टमेन्टमधून काढून घेतलेलं पिस्तूल ईगनला घाबरवण्यासाठी गुथ्रीने बाहेर काढलं.

"ते पिस्तूल ताब्यात घेण्यासाठी झटापट सुरू झाली आणि गोळी सुटली.

ईगन खाली कोसळला. ज्या तऱ्हेने ईगन आपटला, ते बघताच तो मेला होता, अशी गुथ्रीची खात्री पटली. परिस्थितीचं गांभीर्य अचानकपणे गुथ्रीच्या ध्यानात आलं. कोणीतरी हा शॉट ऐकून पोलिसांना फोन केला असेल या भीतीने गाडीत उडी घेऊन तो वेगाने तिथून नाहीसा झाला.''

''नंतर काय झालं?''

''गुथ्रीच्या मनात वेगळीच कल्पना आली.'' ती म्हणाली. ''त्याच्या लक्षात आलं की, माझ्याशिवाय दुसऱ्या कुणालाही माहीत नव्हतं की, तो आगगाडीतून उतरला होता. त्याने त्याच्या घरातल्या फोनवरून मला फोन केला आणि जे काही घडलं होतं ते सांगितलं. तो म्हणाला की, कंपनीच्या विमानाने तो फिनिक्सला जाऊन गाडी पकडेल. मग 'टस्कनला भेट' अशी डोर्लाला तार करेल. त्यामुळे गुन्हा घडला तेव्हा तो दुसरीकडेच होता, असं डोर्लाला सांगणं भाग पडेल. मला त्याने व्यापारी प्रवासी कंपनीच्या विमानाने फिनिक्सला जाऊन कंपनीचं विमान परत घेऊन यायला सांगितलं. त्याप्रमाणे तो अटेन्डन्टकडे चिठ्ठी लिहून ठेवणार होता. मी ते विमान घेऊन परत येऊ शकले असते, तर कुणाला काहीही पत्ता लागला नसता.''

''मग?''

''मी तेच केलं. दुसऱ्या दिवशी फिनिक्सला पोहोचले. विमान आणि लिहून ठेवलेली चिठ्ठी या दोन्ही गोष्टी तिथे होत्या. विमान ताब्यात घ्यायला मला काहीच त्रास झाला नाही. मी ते घेऊन परत आले, हॅन्गरमध्ये सोडलेली भाड्याची गाडी रेन्टल एजन्सीला परत केली.''

''डोर्ला टस्कनला जाऊन त्याला भेटली?''

''भेटली असणार; पण आता तिचं बोलणं ऐकताना वाटेल की, ती आगगाडीमधून खाली उतरलीच नव्हती. ती खोटं बोलते आहे, हे मला माहीत आहे, कारण खरोखर काय घडलं होतं ते सर्वकाही गुथ्रीने मला सांगितलं आहे. तुमच्या लक्षात येईल. गुन्हा घडला त्या वेळी तो तिथे नव्हता हे सिद्ध व्हावं म्हणून त्याने डोर्लाला फोन केला होता. काय झालं ते त्याने सांगितलं नाही. त्याची गरजच नव्हती. सूटकेस घेऊन ती मोटेलमध्ये परत गेली तेव्हा तिचा प्रेमिक ईगन तिथे मरून पडला होता.

''त्या परिस्थितीत तिने काय केलं असतं, ते मी निश्चितपणे सांगू शकते. आणि तिने तेच केलं. तिने बाल्फोर अलाईड असोसिएट्सचा सर्वोत्कृष्ट ट्रबल शूटर बॅनर बोल्स याला फोन केला. त्याच्या ताबडतोब लक्षात आलं की, गुथ्रीच्या विरुद्धचा खुनाचा आरोप लढत बसण्यापेक्षा टेडविरुद्ध *हिट-अॅन्ड-रनचा* आरोप ठेवला गेला, तर सोपं पडलं असतं. तो फार हुशार, युक्तिबाज आणि कुठल्याही अडचणीतून मार्ग काढण्यात कुशल आहे.

"त्याने सर्व व्यवस्था केली. डोर्लाने विमानाने टस्कनला जाऊन आगगाडी पकडली. ती पहिल्यापासूनच आगगाडीतून प्रवास करत होती, असं ती शपथेवर सांगेल, असं गुथ्रीने कबूल करून घेतलं. तिच्या दृष्टीने ही चांगलीच गोष्ट होती. आता खुनाच्या आरोपाची टांगती तलवार त्याच्या डोक्यावर धरून ती त्याला पार कंगाल करून टाकणार होती. तिची तयारी होईपर्यंत घटस्फोट हा शब्ददेखील गुथ्री तोंडातून काढू शकला नसता. तिचा नवीन नवरा ठरला की, ती बाल्फोरला पार नागवणार होती आणि मगच त्याची सुटका करणार होती."

"सर्व संपलं?"

"हो. आता सांगण्यासारखं माझ्याकडे काहीही नाही." ती म्हणाली. "म्हणूनच मी कुणाला सापडणार नाही अशी काळजी घ्यायचं ठरवलं. काही काळ सर्व ठीक वाटत होतं. *हिट-ॲन्ड-रन* अपघात अशीच सर्वांची समजूत राहिली होती. टेड त्यामध्ये अडकला असला तरी, दोषी ठरला तरी त्याला सस्पेन्डेड सेन्टेन्स – तहकूब असलेला दंडादेशच – मिळणार हे सर्वांना ठाऊक होतं."

"गुथ्री मेक्सिकोला गेल्यानंतर त्याच्याकडून काही कळलं तुला?"

"एवढंच." असे म्हणत तिने तिच्या पर्समधून एक चुरगळलेला कागद काढून मेसनच्या हातात ठेवला. ती तिला मिळालेली तार होती. पिवळा कागद उघडून मेसनने तो वाचला.

जे घडले त्याबद्दल काहीही बोलू नकोस (.) डोर्ला आणि माझ्यात एकमताने करार झाला आहे. (.) विश्वास वाटतो की, भविष्यकाळात सर्वकाही व्यवस्थित होईल (.)

गुथ्री

"ही तार चिवावा शहरातून पाठवली होती?" मेसनने विचारले.

तिने मान डोलावली.

"आणि त्यानंतर?"

"एकही शब्द ऐकलेला नाही. डोर्ला त्याच्याबरोबर होती. *तिने काय केलं आहे,* ते देवालाच ठाऊक!"

"टेडला खुनाच्या आरोपाबद्दल शिक्षा झाली, तर गुथ्री काहीही न करता गप्प बसेल?"

"नाही, नक्कीच नाही. टेडला खुनाच्या आरोपाबद्दल शिक्षा झाली, तर तो असा गप्प बसणार नाही. तो स्वतःहून पुढे येईल आणि काय घडलं ते सांगेल. शेवटी *स्वतःचं रक्षण करताना घडलेला अपराध* आहे तो."

"ते सिद्ध करणं आता खूप कठीण आहे त्याला."

"सर्व सत्य गोष्टी कळल्यावर आता *तुम्ही काय करणार आहात?*"

"मी एकच गोष्ट करू शकतो." मेसनने उत्तर दिले.

"कुठली?"

"मी टेड बाल्फोरचं प्रतिनिधित्व करतो आहे. गरज पडली, तर मी सर्वांनाच अडकवल्याशिवाय राहणार नाही."

"मी तुमच्याशी प्रामाणिकपणे वागले मिस्टर मेसन!" ती रागाने म्हणाली.

"आणि मी माझ्या अशिलाबाबत प्रामाणिक असतो. मला तेवढंच ठाऊक आहे."

"तुम्हाला काय वाटतं, मी पार मूर्ख आहे म्हणून? *तुम्ही काहीही केलं, तरी* साक्षीदार म्हणून पिंजऱ्यात उभी राहून मी काहीही सांगणार नाही. तुम्हाला नीट कळावं, काय करायचं हे समजावं म्हणून मी तुम्हाला सर्व सांगितलं आहे. तुमच्या लक्षात कसं येत नाही? तुम्ही बाल्फोर्ससाठी काम करता आहात. ते खूप श्रीमंत आहेत. तुम्ही मागाल ती रक्कम तुम्हाला फी म्हणून मिळेल. सर्व अशा तऱ्हेने जुळवून आणा, कायद्याच्या तांत्रिक मुद्यांवर असा काही जोर द्या की, पूर्ण सत्य बाहेर आणण्याची गरजच पडणार नाही."

"माझं उत्तर मी आधीच दिलं आहे." मेसन उभं राहत म्हणाला.

"म्हणजे?"

"तुम्ही घडी करून पर्समध्ये ठेवलेला कागद... आरोपीच्या वतीने साक्षीदार म्हणून उभं राहण्यासाठी बजावलेलं समन्स आहे ते."

१५

पेरी मेसन ऑफिसमध्ये शिरत असतानाच डेला स्ट्रीट म्हणाली, "आपल्यापुढे अडचणी निर्माण होणार आहेत असं दिसतं."

"काय?"

"माहीत नाही, पण ॲडिसन बाल्फोरचा फोन आला होता."

"त्याचा स्वत:चा?"

"त्याचा स्वत:चा."

"तुझ्याशी बोलला?"

"हो."

"त्याला काय हवं आहे?"

"तो म्हणाला, वाटली होती तशी ही केस साधी दिसत नाही. बाल्फोर

साम्राज्यालाच धोका निर्माण झाल्यासारखा वाटतो. सर्वांत चांगली अशी तडजोड स्वीकारावी, असं त्याचं मत बनलं आहे. काय करायचं ते तो तुमच्यावर सोपवणार आहे. त्याचा उजवा हात बॅनर बोल्स तुमच्याशी संपर्क साधणार आहे. त्याला अशा गोष्टींचा अनुभव आहे आणि सर्व मार्गही माहीत आहेत.''

''पण नक्की काय झालं आहे, ते बोलला तो?''

''नाही.''

''किंवा बॅनर बोल्सला नक्की कशासाठी मला भेटायचं आहे ते?''

''नाही. अडचण निर्माण झाली आहे आणि बॅनर बोल्स तुम्हाला भेटणार आहे, एवढंच कळवायला त्याने फोन केला होता.''

''ठीक आहे.'' मेसन म्हणाला. ''मी भेटेन त्याला.''

''फ्लॉरेन्स इन्गलची मुलाखत कशी झाली?''

''चांगलं बोलणं झालं तिच्याशी.'' मेसनने उत्तर दिले.

''पण तरी आनंद झालेला दिसत नाही.''

''नाही झाला.''

फोन वाजला. डेला स्ट्रीटने तो पटकन उचलला. ''हो, एक सेकंद मिस्टर बोल्स, माझी खात्री आहे ते तुमच्याशी बोलतील.''

माऊथ पीसवर हात ठेवून तिने मेसनला खूण केली. ''बॅनर बोल्स आहे फोनवर.''

मेसनने आपल्या टेबलावरचे एक्स्टेन्शन उचलले. ''हॅलो, मी पेरी मेसन बोलतो आहे.''

''बॅनर बोल्स, मिस्टर मेसन!'' मनमोकळ्या आवाजात उत्तर आले.

''कसे आहात मिस्टर बोल्स?''

''ॲडिसन बाल्फोरने माझ्याविषयी तुम्हाला फोन केला होता?''

''ते माझ्या सेक्रेटरीशी बोलले. मी स्वत:ही आत्ताच येतो आहे.''

''मला भेटायचं आहे तुम्हाला.''

''ऐकलं आहे मी. माझ्या ऑफिसमध्ये या.''

काही काळ पलीकडून आवाज आला नाही. मग बोल्स म्हणाला, ''प्रकरण जरा नाजूक आहे मिस्टर मेसन.''

''ठीक आहे, बोलू या त्यावर.''

''पण तुमच्या ऑफिसमध्ये नाही.''

''का?'' मेसनने विचारले.

''ज्या गोष्टींबद्दल मला बोलायचं आहे, त्या दुसऱ्या कुणाच्या ऑफिसमध्ये जाऊन बोलण्यासारख्या नाहीत.''

"का?"

"कार्यालयात चोरून ऐकण्याची साधनं कशावरून बसवली नसतील?"

"माझ्याकडून?"

"कुणाकडूनही."

"ठीक आहे. तुम्हाला कुठे बोलायला आवडेल?"

"तुमचा आणि माझाही संबंध नाही अशा जागी." बोल्स पुन्हा मोकळेपणाने म्हणाला. बोलणे हसून चालले होते. त्याच्या शब्दांनी कुणाचा अपमान होऊ नये, अशी त्याची इच्छा दिसत होती. "मी काय करतो मिस्टर मेसन, तुमच्या ऑफिसमध्ये येतो. मी येताच तुम्ही माझ्याबरोबर बाहेर पडा. आपण खाली येऊ, तुम्ही म्हणाल तोपर्यंत चालत राहू. मग थांबून येणारी पहिली टॅक्सी पकडू. टॅक्सीत बोलू."

"चालेल. जशी तुमची इच्छा."

मेसनने फोन ठेवून दिला आणि डेला स्ट्रीटला म्हणाला, "एकेकाची इच्छा!"

"ते येत आहेत?"

"आणि बाहेर पडून कुठेतरी खाजगीत बोलायचं आहे त्यांना."

"चीफ, त्यांना हवं आहे तसं करायला तुम्ही नकार दिलात, तर ते लोक तुम्हालाच अडकवायचाही प्रयत्न करतील. फार बडी आणि ताकदवान माणसं आहेत ती. त्यांना हवं ते मिळवण्यासाठी काहीही करतील."

"माझ्याही मनात तोच विचार घोळायला लागला आहे." फेऱ्या घालता घालता मेसन म्हणाला.

"त्या इन्गलकडून काहीतरी माहिती तुम्हाला मिळाली आहे; मिळाली ना?"

"हो."

"काय?"

"मला त्यावर जरा विचार करू दे." मेसन म्हणाला. त्याचे फेऱ्या घालणे चालूच होते. एकाएकी थांबून तो डेला स्ट्रीटला म्हणाला, "मला त्या जॅक्सन ईगनची सर्व माहिती हवी आहे."

"पण तो मेला आहे."

"तो मेला आहे ते मला माहीत आहे; पण तरीही मला त्याच्याबद्दलची सगळी माहिती हवी आहे. आत्ता आपल्याकडे फक्त त्याचं ड्रायव्हिंग लायसन्स आणि पॉलच्या माणसाने पाठवलेला टेलिग्राम यांच्यावरून मिळालेलीच माहिती आहे. तो कसा दिसत होता, कुठे राहत होता, त्याचे मित्र कोण होते, तो मेला कसा, त्याचं कुठे दफन झालं आहे, त्या वेळी कोण कोण हजर होतं, सगळीच्या सगळी माहिती हवी आहे मला."

"तो युकॅटनमध्ये मेला; मेक्सिको." डेला म्हणाली.

"प्रेताची ओळख कुणी पटवली, हे ड्रेकला शोधायला सांग. मला त्याची असेल ती माहिती हवी आहे. ईगनच्या ड्रायव्हिंग लायसन्सची कॉपी हवी आहे. ड्रायव्हिंग लायसन्सवरचा अंगठ्याचा ठसाही मेलेल्या माणसाच्या अंगठ्याच्या ठशाशी पडताळून बघायला सांग.''

डेला स्ट्रीटने मान डोलावली. मेसनला हव्या असलेल्या गोष्टींची यादी टाइप रायटरवर टाइप केली. मेसनचे फेऱ्या घालणे चालूच होते.

"मी हे स्वत: पॉल ड्रेकला नेऊन देते.''

"नको. एखाद्या मुलीबरोबर पाठवून दे. तू इथेच थांब. बोल्स आला की, बाहेर जाऊन त्याला भेट. तुझं काय मत होईल ते सांग. मग मी बोलतो त्याच्याशी.''

"ठीक आहे. मी एका मुलीला ताबडतोब पॉलकडे पाठवून देते.'' डेला स्ट्रीट बाहेरच्या खोलीमध्ये जाऊन क्षणात परत आली आणि म्हणाली, "मी गर्टीला खाली ड्रेकच्या ऑफिसात पाठवलं आहे. मी बाहेर गेले तेवढ्यात तुमचा माणूस बोल्स आला. मी त्याला म्हटलं की, तो आलाय हे मी तुम्हाला सांगते म्हणून.''

"कसा दिसतो?''

"तसा उंच आहे, सहा फुटांना दीडेक एक इंच कमी असावा. देखणा आहे. काळे आणि थोडे कुरळे केस. गडद निळे डोळे. उत्कृष्ट पोषाख. स्वत:बद्दल संपूर्ण आत्मविश्वास. हुशार वाटतो.''

"हुशार तर असायलाच हवा! बाल्फोर एन्टरप्राइजेसचा ट्रबल शूटर आहे तो! बघू काय म्हणतो ते. त्याच्या हातात ब्रीफकेस आहे?''

तिने नकारार्थी मान हलवली.

"ठीक आहे. सांग त्याला आत यायला.''

डेला स्ट्रीट बाहेर जाऊन बोल्सला घेऊन आत आली. बोल्सच्या चेहऱ्यावर मनमोकळे हसू होते. त्याने मेसनचा हात घट्ट पकडत म्हटले, "त्रास देतो आहे त्याबद्दल माफी मागतो काऊन्सेलर; पण तुम्हाला माहीत आहे, या गोष्टी कशा असतात त्या. मी ज्या तऱ्हेची कामं करतो त्यामुळे काही वेळा पंचाईत होते. निघू या आपण?''

"तुमची इच्छा असेल तर जाऊ या, पण मी खात्री देतो की, इथे बोलणंही ठीक राहील.''

"नको. बाहेरच जाऊ.''

"ब्रीफकेस दिसत नाही हातात?''

बोल्स मोठ्याने हसला. "हुशार आहात. ब्रीफकेसमध्ये कधी टेप रेकॉर्डर लपवलेला नाही असं नाही, पण तुमच्या बाबतीत इतकी फालतू गोष्ट मी करणार नाही. तुमच्यासारख्या माणसांशी संबंध असला की, मी फार सरळपणे वागतो. माझं बोलणं मी तुम्हाला रेकॉर्ड करू देणार नाही आणि तुमचं बोलणं रेकॉर्ड करायचा तर

मी प्रयत्नही करणार नाही.''

"सरळ सरळ गोष्टी ठरल्या की ठीक असतं.'' मेसन म्हणाला. "डेला, मी साधारण....'' त्याने मनगटावरील घड्याळाकडे बघितले, "वेळ बरोबर दिसत नाही. किती वाजले आहेत बोल्स?''

बोल्स क्षणात आपल्या घड्याळाकडे बघत म्हणाल, "तीन वाजायला दहा मिनिटं कमी आहेत.''

"तुमचं घड्याळ तर भलतीच वेळ दाखवतंय!'' मेसन म्हणाला.

"मुळीच नाही. तीन वाजायला बरोबर दहा मिनिटं कमी आहेत.''

"तुमचं घड्याळ साडेबाराची वेळ दाखवतं आहे.'' मेसन म्हणाला.

"शक्यच नाही!'' बोल्स हसत म्हणाला.

"बघू दे मला.'' मेसन म्हणाला.

"मी सांगतो आहे की, तुमची चूक होते आहे.'' बोल्स म्हणाला, पण त्याच्या चेहऱ्यावरचे हसू मावळले होते.

"मनगटावरचं घड्याळ मला दाखवा, नाहीतर आपल्यांत बोलण्यासारखं काहीही नाही.'' मेसन म्हणाला.

"ठीक आहे, ठीक आहे.'' असे म्हणत बोल्सने मनगटावरले घड्याळ काढले. त्याला जोडलेल्या दोन तारा काढून खिशात घातल्या, "मला कळायला हवं होतं. भलता प्रयत्न करायला नको होता.''

"आणि कुठे मायक्रोफोन्स दडवले आहेत?'' मेसनने विचारले. "नेकटायच्या मागे वगैरे?''

"तुम्हीच बघा.'' बोल्स म्हणाला.

मेसनने नेक टायची मागची बाजू चाचपून बघितली. कोटाचा आतला खिसा बघितला आणि एक अत्यंत छोटा रेकॉर्डर बाहेर काढला.

"यातली बॅटरी काढू या, म्हणजे मला बरं वाटेल.'' मेसनने सांगितले.

"तो तुमच्या खिशात टाका. घड्याळासारखा दिसणारा मायक्रोफोन मी माझ्या खिशात टाकतो. ठीक आहे?''

"निघू या तर आता.'' मेसन त्याला म्हणाला.

कॉरिडारमधून चालत ते एलिव्हेटरजवळ आले. त्यामधून खाली रस्त्यावर पोहोचले.

"तुम्हाला कुठल्या दिशेने जायचं आहे?'' बोल्सने विचारले.

"तुमची मर्जी!'' मेसन म्हणाला.

"नाही, तुम्हीच सांगा.''

"बरं, या रस्त्याने जाऊ.''

दोनेक चौक अंतर चालल्यावर मेसन खाडकन उभा राहिला. "येणारी पहिली टॅक्सीकॅब पकडू या."

दोनतीन मिनिटांनी गिऱ्हाईक शोधत येणारी एक टॅक्सीकॅब दिसताच त्यांनी हात केला आणि ते आत चढले. आरामात टेकून बसले.

"कुठे जायचं?" टॅक्सी ड्रायव्हरने विचारले.

"सरळ जा, मग जास्ती रहदारी नसणाऱ्या रस्त्यावर वळ. आम्ही मधलं पार्टिशन बंद करून घेतो, कारण आम्हाला बोलायचं आहे."

"विशिष्ट अशा कुठल्या ठिकाणी जायचं आहे?"

"नाही. परत जायचं असं सांगेपर्यंत चालवत राहा."

"तुमची परवानगी असेल, तर ट्रॅफिक जाम होणारे रस्ते टाळतो."

"चालेल." मेसन म्हणाला.

कॅब ड्रायव्हरने मधले सरकते पार्टिशन बंद केले. गाडीची मागची बाजू बंद झाली.

मेसन बोल्सकडे वळला. "बोला आता तुम्हाला काय बोलायचं आहे ते."

"बाल्फोर उद्योगात माझं काम ग्रीजसारखं आहे. मी बऱ्याच कठीण अवस्थेत काम करतो."

मेसनने मान डोलावली.

"गुथ्री बाल्फोरने मला फोन केला होता. मी विमानाने चुवावा शहरात जाऊन त्याला भेटावं अशी त्याची इच्छा होती."

मेसनने पुन्हा मान डोलावली.

"आता मी जे तुम्हाला सांगणार आहे, ते गुप्त राहायला हवं. त्याबद्दल तुम्ही दुसऱ्या कुणाशीही चकार शब्दाने बोलता कामा नये."

"तुम्ही माझ्याशी बोलता याचा अर्थ एका अशिलाचं प्रतिनिधित्व करणाऱ्या एका वकिलाशी बोलत असता. माझी कुठलंही वचन द्यायची तयारी नाही. मी कोणत्याही तऱ्हेने स्वत:ला बंधनात अडकवून घेणार नाही."

"तुम्हाला बाल्फोर एन्टरप्राईजेसकडून पैसा मिळतो आहे, हे विसरू नका." बोल्सच्या बोलण्यात धमकीचा सूर होता.

"मला कोण पैसे देतं याने काही फरक पडत नाही," मेसन म्हणाला. "मी एका अशिलाचं प्रतिनिधित्व करतो आहे."

बोल्सने विचारात पडूनच क्षणभर मेसनकडे बघितले.

"यामुळे परिस्थितीत फरक पडला आहे?" मेसनने विचारले.

"मी काही गोष्टी तुम्हाला सांगणार आहे." बोल्स म्हणाला. "शहाणे असाल, तर मी सांगेन तसेच वागाल. दुसऱ्या कुठल्या तऱ्हेने वागायचा प्रयत्न केलात, तर

तुमच्या दृष्टीने ते अपायकारक ठरू शकतं.''

''ठीक आहे. काय ते बोलायला सुरुवात करा.''

''या संभाषणाबद्दल तुम्ही मिसेस गुथ्रीशी काहीही बोलता कामा नये.''

''ती माझी अशील नाही, पण मी कुठलंही वचन देणार नाही.''

''ऐका आता. तुम्हाला जॅक्सन ईगनबद्दल माहिती हवी आहे. हवी आहे ना?''

''हो, मी तसा प्रयत्न करतो आहे.''

बोल्सने खिशात हात घातला. ''हे जॅक्सन ईगनचं ड्रायव्हिंग लायसन्स. ही ड्राइव्ह युअरसेल्फ कार एजन्सीशी त्याने केलेल्या करारनाम्याची प्रत. स्लीपी हॉलो मोटेलच्या युनिटची पावती. हे त्याचं पाकीट. त्याच्यात त्याची काही ओळखपत्रं आहेत, काही क्लब कार्ड्स, दोनशे पंचाहत्तर डॉलर्स रोख. या की-रिंगला काही किल्ल्या आहेत. एक घड्याळ; महागातलं आहे. त्याची काच फुटल्याने चालत नाही. एक वाजून बत्तीस मिनिटांनी बंद पडलं आहे.''

बोल्सने सगळ्या गोष्टी मेसनच्या हातात दिल्या.

''यांचे मी काय करायचं?''

''खिशात ठेवा.'' बोल्स म्हणाला.

मेसन क्षणभर थबकला, पण नंतर त्याने त्या सर्व गोष्टी खिशात टाकल्या. ''कुठून मिळाल्या या?'' त्याने विचारले.

''तुमची काय कल्पना आहे?'' बोल्सने विचारले.

मेसनची नजर ड्रायव्हरकडे वळली. तो रहदारीवर लक्ष ठेवून होता. त्याचे दुसरीकडे कुठेही लक्ष नव्हते. ''ऐकतो आहे मी.'' मेसन बोल्सकडे वळून उद्गारला.

''बाल्फोर अलाईड असोसिएट्स मोठं कॉर्पोरेशन आहे,'' बोल्स म्हणाला. ''पण सर्व स्टॉक कुटुंबीयांच्या नावावर आहे. स्टॉक सोडला, तर कुणाकडेही दुसरी प्रॉपर्टी नाही. बाल्फोर साम्राज्याच्या धोरणाप्रमाणे प्रत्येक गोष्ट कॉर्पोरेशनकडे जमा होते. कुटुंबाच्या प्रत्येक सदस्याला पगार म्हणून भरभक्कम रक्कम मिळते. पगाराव्यतिरिक्त त्यांचा प्रवास, जगण्यासाठी गरज असलेल्या रकमेचा मोठा भाग, इतर खर्च वेगवेगळ्या मार्गांनी त्यांना दिला जातो. अशिलांच्या गाठीभेटी, ऑफिसचं भाडं वगैरे नावं वापरली जातात. तुम्ही वकील आहात. अशा तऱ्हेच्या कॉर्पोरेशनचा अर्थ तुमच्या लक्षात येईल. दुसऱ्या कुणी बाल्फोर कुटुंबाच्या सदस्याविरुद्ध कोर्टाचा निकाल मिळवला, तर तो निकाल अमलात आणण्याकरता त्या सदस्याच्या शेअर्सवर तो माणूस टाच आणू शकतो. कंपनीने त्याच्याबरोबर तडजोड केली नाही, तर बाहेरचा माणूस कंपनीचा सदस्य होऊ शकतो. हे कुणालाच नको आहे.''

''तुम्ही कुणाबद्दल बोलता आहात?''

''डोर्ला बाल्फोर.''

"त्यांचं काय?"

"धंद्यामध्ये डोकं ॲडिसन बाल्फोरचं आहे. गुथ्री प्रॉपर्टी मॅनेजमेंटबद्दल विशेष काही करत नाही. टेड बाल्फोरचे वडील थिओडोर ॲडिसन यांचा उजवा हात होते. धंद्याबाबत गुथ्री बाल्फोरचा त्यांना काही उपयोग होत नाही.

"तेव्हा गुथ्रीने डोर्लासारख्या स्त्रीशी दुसरं लग्न केल्यावर ॲडिसन काळजीतच पडले. त्यांनी लग्नाला हजेरी लावली, त्यांचं अभिनंदन केलं, वधूचं चुंबन घेतलं आणि कुणालाही न सांगता एक फंड उभारायला सुरुवात केली; रोख रकमेच्या स्वरूपात. कधीतरी वेळ आलीच असती, तर डोर्लाबरोबर प्रॉपर्टी सेटलमेंट करण्यासाठी या फंडाचा उपयोग होणार होता."

"पुढे बोला."

"पण हुशारीने डाव टाकण्यासाठीही डोर्ला थांबली नाही. तिने इतरांशी संबंध ठेवायला सुरुवात केली. त्या तपशिलात मी आता शिरत नाही.

"ॲडिसनची असं काही घडेल अशी अपेक्षा नसली, तरी ते तयारच होते. त्यांनी मला तिच्यावर नजर ठेवायला सांगितलं.

"ती गुथ्रीला फसवत होती, असा पुरावा माझ्या हाताला लागताक्षणी तिची गुथ्रीवरची पकड नाहीशी झाली असती; पण त्यापूर्वी गुथ्रीलाच कसा काय तो संशय आला आणि मूर्खाप्रमाणे त्याने स्वत:च तिच्याविरुद्ध पुरावा मिळवण्याचा प्रयत्न केला.

"गुथ्री फक्त माझ्याकडे आला असता, तर डोर्ला आणि जॅक्सन ईगन डझनावारी वेळा एकत्र मोटेलमध्ये राहिले होते, हे सिद्ध करणाऱ्या मोटेल रजिस्टरच्या फोटोस्टॅट कॉपीज मी त्याला दाखवल्या असत्या.

"पण गुथ्रीला त्याच्या मार्गाने पुरावा गोळा करायचा होता. त्याने जरा जादा शहाणपणा दाखवायचा प्रयत्न केला – मूर्ख माणूस!

"गुथ्री मेक्सिकोच्या ट्रीपवर निघाला. पासादेना-अल्हाम्ब्रा स्टेशनपर्यंत डोर्लाने त्याच्याबरोबर यावं असं त्याने सुचवलं. एवढ्याचसाठी की, तो आगगाडीने पुढे प्रवासाला निघतो आहे, हे तिला कळावं. त्याची अपेक्षा होती की, मग ती जरा निष्काळजीपणे वागेल."

"त्याची योजना यशस्वी ठरली?" मेसनने सरळ आवाजात विचारले.

"पूर्णपणे. ती गाडीच्या एका बाजूने उतरली आणि तो गाडीच्या दुसऱ्या बाजूने उतरला. गाडी निघून जाईपर्यंत तो थांबला. आधीच भाड्याने घेतलेल्या गाडीत चढला आणि त्याने डोर्लाचा पाठलाग सुरू केला.

"डोर्ला घाईत होती. कधी एकदा स्लीपी हॉलो मोटेलमध्ये पोहोचतो असं तिला झालं होतं. तिचा प्रियकर जॅक्सन ईगन खोली घेऊन तिची वाटच बघत होता. ती त्याच्याबरोबर आत गेली, नंतर काही काळाने बाहेर आली आणि कपडे वगैरे

आणण्यासाठी म्हणून घरी गेली.

"गुथ्री कोणत्याही परिस्थितीला तोंड देण्याच्या तयारीने आला होता, पण त्याचं नशीबही चांगलं होतं. जॅक्सनने भाड्याने घेतलेल्या युनिटशेजारचं युनिट रिकामं होतं. गुथ्रीकडे एक टेप रेकॉर्डर आणि भिंतीवर चिकटवण्यासारखा एक अत्यंत संवेदनक्षम मायक्रोफोनही होता. तो भिंतीला लावून तो ऐकायला तयार झाला.

"कानाला ऐकू न येणारे आवाजही तो मायक्रोफोन ग्रहण करू शकत होता. ईअरफोन्स लावून आणि दुसऱ्या हेडवरून ती टेप फिरवून तो त्या टेपवरचं संभाषण ऐकू शकत होता."

मेसनने मान डोलावली.

"त्याने बरंचकाही ऐकलं. मग जॅक्सन ईगनची गाडी घेऊन ती आपली सूटकेस आणायला गेली.

"आणि त्यानंतर गुथ्री बाल्फोर अत्यंत मूर्खासारखा वागला.

"त्याला हवा असलेला सर्व पुरावा त्याच्या टेप रेकॉर्डरवर होता. त्याला वाटलं की, संतापलेल्या नवऱ्याच्या आवेशात हा पुरावा ईगनच्या तोंडावर फेकून त्याच्याकडून काहीतरी कबुलीजबाब मिळवावा.

"तेव्हा दार उघडून गुथ्री विशेष प्रकाश नसलेल्या मोटेलमध्ये गेला. ईगनने त्याच्या तोंडावर फ्लॅशलाइटचा प्रकाशझोत टाकला आणि त्याला ओळखलं. त्यांच्यात झटापट सुरू झाली. टेडच्या गाडीमधल्या ग्लोव्ह कम्पार्टमेंटमधून उचललेलं .२२ ऑटोमॅटिक गुथ्रीकडे होतं. झटापटीत उडालेली गोळी ईगनच्या डोक्यात घुसली आणि तो खाली कोसळला.

"घाबरलेला गुथ्री बाहेर पळाला. टेलिफोन बूथवरून त्याने कठीण प्रसंगात सापडताच फिरवायचा नंबर फिरवला. माझा फोन नंबर.

"त्या फोनवर आलेल्या फोनला अग्रक्रम असतो. मी तो उचलला. गुथ्रीने मला सांगितलं की, तो स्लीपी हॉलो मोटेलमध्ये होता आणि अडचणीत सापडला होता; अत्यंत गंभीर अशा अडचणीत.

"मी त्याला तिथेच थांबायला सांगितलं. मी ताबडतोब तिथे यायला निघतो आहे, अशी त्याची खात्री पटवली. तो इतका घाबरला होता की, त्याला फोनवर धड बोलताही येत नव्हतं. तो पार गोंधळून गेला होता.

"मला तिथे पोहोचायला वेळ लागला नाही. गुथ्री त्याने भाड्याने घेतलेल्या गाडीत बसला होता. थरथरत होता. नक्की काय घडलं होतं, हे मी कसंबसं त्याच्याकडून काढून घेतलं."

"आणि नंतर काय केलंस तू?"

"करण्यासारखी एकच गोष्ट होती, तीच केली." बोल्स म्हणाला. "तो

चिवावाला जाण्यासाठी निघाला आहे, एल-पासोला जाणाऱ्या आगगाडीमधून प्रवास करतो आहे, अशी सर्वांची समजूत होती. त्या आगगाडीमधून तो उतरला होता, याची कुणालाच कल्पना नव्हती. कंपनीच्या विमानाने फिनिक्सला जाऊन तिथून पुन्हा गाडी पकडायला मी त्याला सांगितलं. ते विमान नंतर परत आणण्याची व्यवस्था करेन असंही सांगितलं. सर्व गोष्टींची काळजी घेईन असा दिलासा दिला.''

''मग काय केलं त्याने?''

''विमान घ्यायला निघाला. मी सांगितलं त्याप्रमाणेच.''

''तो स्वत: विमान उडवू शकत होता?''

''हो. त्याच्याकडे हॅन्गरची किल्ली होती. उपनगरातल्या आमच्या कारखान्याच्या खाजगी विमानतळावरून तो निघाला. त्याला कुठली अडचण येणं शक्य नव्हतं.''

''आणि तुम्ही काय केलंस?''

''काय केलं असेल वाटतं तुम्हाला?'' बोल्सने विचारले. ''मी ते प्रेत बाहेर काढलं, माझ्या गाडीला बांधलं आणि चेहरा घासून काढला. डोकं इतक्या ठिकाणी आदळवलं की, अंड्यासारखं फुटलं. नंतर हायवेवर टाकून दिलं. *हिट-ॲन्ड-रन* अपघात असाच कुणाचाही समज झाला असता. .२२ पिस्तुलाची गोळी खूप लहान असते. ती घुसली तिथून जास्ती रक्तस्राव झाला नव्हता. मोटेलमधल्या युनिटमध्ये रक्त सांडलं असेल तरच. मी तिथला रग काढून गाडीत घातला आणि नंतर जाळून टाकला. बाल्फोरने जे युनिट घेतलं होतं, तिथला रग काढून ईगनच्या युनिटमध्ये घातला.

''माझे हे सर्व उद्योग चालू असतानाच डोर्ला परत आली.''

''तिला काय सांगितलं तुम्ही?''

''तशा परिस्थितीत एखाद्या चांगल्या ट्रबल-शूटरने जे करायला हवं तेच केलं मी.'' बोल्स म्हणाला. ''मी तिला सांगितलं की, मी तिच्यावर लक्ष ठेवून होतो. तिचे सर्व उद्योग मला कळलेले आहेत. माझ्याकडे पुरावे आहेत. ती एक व्यभिचारी स्त्री आहे, हे सिद्ध करणारं एक टेप रेकॉर्डिंगही माझ्याकडे आहे. जॅक्सन ईगनचा लेखी कबुलीजबाबही माझ्याकडे आहे, पण तो त्याच्याकडून मिळवल्यानंतर त्याने माझ्यावर हल्ला केला आणि स्वसंरक्षणार्थ त्याला गोळी घालणं मला भाग पडलं.

''ते प्रेत हायवेवर फेकून तो *हिट-ॲन्ड-रन* अपघाताचा प्रकार आहे, असं दाखवण्यासाठी मी डोर्लाला मला मदत करायला सांगितलं. मग तिला पहिलं विमान पकडून टस्कनला जाऊन गुथ्री ज्या आगगाडीने प्रवास करत होता त्याच आगगाडीमध्ये चढायला सांगितलं. ती भानगडीत अडकली होती, असं तिने गुथ्रीला सांगायचं होतं. बाल्फोर कुटुंबाची गाडी दारूच्या नशेत चालवत असताना तिने कुणालातरी ठोकलं होतं आणि तिचं रक्षण करणं त्याचं कर्तव्य होतं. त्यानेच तिला

आगगाडीत बरोबर राहायला सांगितलं होतं आणि ती आगगाडीमध्ये त्याच्याबरोबर प्रवास करत होती, असं त्याने शपथेवर सांगायचं होतं. तिला मेक्सिकोला घेऊन जाऊन अपघाताच्या वेळी ती तिथे नव्हतीच, असं त्याने सिद्ध करायचं होतं.

"अशा तऱ्हेने मी डोर्लाला या भानगडीत पार अडकवून टाकलं होतं. गुथ्री आगगाडीने प्रवास करत होता, अशी मी तिची पूर्ण खात्री पटवली होती. काय चाललं होतं, हे *फक्त मला माहीत होतं.*"

"मग तिनेच तुम्हाला टेड चालवत होता ती गाडी मिळवायला मदत केली होती तर?" मेसनने विचारले.

"अर्थातच! त्या माणसाला योग्य जागी ठेवून टेड त्याची गाडी घेऊन घरी परत येईपर्यंत मी डोर्लाला थांबायला लावलं. नशीब असं की, तोही शुद्धीत नव्हता. माझी कल्पना आहे की, मॅरिलिन कीथनेच त्याला वरच्या मजल्यावर नेऊन त्याच्या बेडवर झोपवलं. मग ती खाली आली. ती पोरगी धीट तर होतीच, पण तिने कुठला माग ठेवला नाही हेदेखील कबूल करायला हवं. तिने टॅक्सीकॅब मागवली नाही. ती स्टेट हायवेपर्यंत चालत गेली. कोणीतरी तिला घरापर्यंत लिफ्ट देईल अशी तिची आशा होती. दिसायला चांगली मुलगी आहे, पण तसा थोडा धोकाच तिने पत्करला होता. अत्यंत एकनिष्ठपणे तिने हातात घेतलेलं काम पार पाडलं. हे सर्व संपल्यावर तिला चांगली पगारवाढ मिळेल, याची मी काळजी घेणार आहे."

"पुढे बोला." मेसन म्हणाला. "नंतर काय घडलं?"

"मग उरलीसुरली किरकोळ कामं उरकली." बोल्स म्हणाला. "डोर्ला गाडी घेऊन आली आणि त्या प्रेताचं डोकं तिने पार ठेचून टाकलं. काही गोष्टी आम्ही मुद्दामच त्या ठिकाणी विखरून ठेवल्या. डोर्ला गाडी परत घेऊन गेली आणि गराजमध्ये उभी करून आली. दुसऱ्या दिवशी सकाळीच पोलिसांना निनावी फोन करून बाल्फोरच्या गाडीबद्दल माहिती दिली.

"आणि डोर्लाने माझाच विश्वासघात केला. ती दुर्वर्तनी स्त्री असली, तरी चलाख आहे. मी सर्व योजना अशी आखली होती की, गाडी तीच चालवत होती आणि तिनेच त्या माणसाला धडक मारली, असंच पुरावा दाखवेल.

"पण ती हुशारीने वागली. टस्कनला जाणारं विमान पकडण्यापूर्वी ती टेडच्या बेडरूममध्ये घुसली आणि गाडीच्या किल्ल्या तिने टेडच्या पॅन्टच्या खिशात ठेवल्या. टेडला कशाचीच शुद्ध नव्हती. त्या कीथने टेडचे फक्त शूज काढून त्याला कपड्यांसकट बिछान्यावर झोपवलं होतं. डोर्लाने टेडचे कपडे काढून त्याला पायजमा चढवला. आपणच दुसऱ्यांदा गाडी घेऊन बाहेर पडलो होतो आणि त्या वेळी अपघात घडला, अशीच त्याची समजूत होईल, अशी व्यवस्था तिने केली.

"तुमचा कोणत्या तऱ्हेच्या माणसाशी सामना आहे, याची कल्पना आतापर्यंत

तुला आली असणार मेसन."

"एक प्रश्न," मेसन म्हणाला. "मिर्टल ॲन हेले या साक्षीदाराचं काय?"

"केवळ एक बनवाबनवी. माझ्याकडे एक प्रेत होतं. आम्हाला डोर्ला अशा ठिकाणी हवी होती की, ज्यामुळे *हिट-ॲन्ड-रन* अपघाताचा आरोप फक्त तिच्यावरच केला जाऊ शकला असता. ती अपघाताच्या ठिकाणी नव्हतीच, असं फक्त गुथ्रीच सांगू शकत असल्याने ती संपूर्णपणे आमच्याच ताब्यात राहणार होती; पण थोड्याच वेळात सगळी गडबड झाली. तपास करणाऱ्या अधिकाऱ्यांजवळ टेड नको तितकं बोलून गेला आणि डोर्लाने गुथ्रीला पार गुंडाळून टाकलं. त्यामुळे सर्व प्रकरण टेडच्याच गळ्याशी आलं. माझी कल्पना तशी नव्हती; पण यातून सुटण्यासाठी टेडला विशेष त्रास पडायची शक्यता नव्हती; आणि मग हाऊलॅन्डने सगळा गोंधळ केला.

"मी मिळवलेली साक्षीदार, ही मिर्टल ॲन हेले, बाल्फोर एन्टरप्राईजेसमध्ये कामाला आहे. तिने शपथेवर काय सांगायचं होतं ते मी पढवलं होतं, पण तिने थोडा गोंधळ घातलाच. तिचा यापूर्वीही मी वापर करून घेतला आहे. खूप हुशार नसली, तरी इमानी आहे. हजार डॉलर्स दिले, तर काहीही करेल.

"पण हाऊलॅन्डच्या बाबतीत माझी चूक झाली. मी त्याला दिवसाच्या दराने पैसे कबूल केले नव्हते. एका कामाचे असे पैसे ठरवले. तेव्हा हाऊलॅन्डने संधी मिळताच सरकारी पक्षाशी सौदेबाजी करून, टेडला तहकूब झालेला दंडादेश मिळेल याची खात्री पटवून घेऊन आपलं काम संपवून टाकलं.

"एकूण जे काही घडलं ते असं आहे. आता काय करायचं ते तुम्ही बघा."

"पण *मी काय करावं अशी अपेक्षा आहे तुमची?*" मेसनने विचारले.

"चांगली सुरुवात तर तुम्ही आधीच केली आहे." बोल्स म्हणाला. "एक मुद्दा तुम्ही फार हुशारीने उकरून काढलात. दुसऱ्यांदा खटला भरता न येण्याचा. दुहेरी संकटाचा तो मुद्दा जास्तीत जास्त ताणून धरा. योग्य आणि अयोग्य असा विचार करून त्यांना ट्रायल सुरू करू देऊ नका. मी दुसऱ्या एका वकिलाशी बोललो. तुम्ही जो मुद्दा उचलून धरला आहे, तो फारच चांगला आहे, असं त्याचंही मत आहे. तो म्हणाला की तुम्ही सर्वोत्कृष्ट वकील आहात आणि तुम्ही असा मुद्दा उपस्थित केला आहे की, त्याचा पुरावा सादर करणं त्यांना शक्यच होणार नाही. तुम्ही अलौकिक बुद्धिमत्तेचे आहात, असंच तो म्हणतो."

"तुमच्या इच्छेप्रमाणे काम करणं मला एखादे वेळी शक्य होणार नाही." मेसनने स्पष्टपणे सांगून टाकले.

"म्हणजे?"

"मी तशी विनंती केली आणि जजने ती अमान्य केली तर? मग डिस्ट्रिक्ट

ॲटर्नी खटला सुरू करेल."

"बरोबर" बोल्स म्हणाला. "आणि त्यानंतर तुम्ही ट्रायलमध्ये सहभागीच व्हायचं नाही. फक्त बसून बघत राहायचं आणि त्यांना हवं ते करू द्यायचं. तुम्ही साक्षीदारांची उलटतपासणी करायला नकार द्यायचा. स्वत:चे कुठलेही साक्षीदार उभे करायला नकार द्यायचा. हा दुहेरी संकटाचा मुद्दा सोडला, तर कुठल्याही मुद्याबाबत वाद घालायला नकार द्यायचा. मग ज्यूरीने जर आरोपी अपराधी आहे असा निर्णय दिला, तर तुमच्या त्या मुद्यावर तुम्ही सुप्रीम कोर्टात जाऊ शकाल. ट्रायलच्या काळात कुठलाच वाद न घातल्याने, कुठलाच पुरावा सादर न केल्याने सुप्रीम कोर्टाची सहानुभूती तुम्हालाच लाभेल."

"मी केस कशा तऱ्हेने चालवायची हे तुम्ही मला सांगता आहात?" मेसनने विचारले.

क्षणभर बोल्स काही बोलला नाही. त्याचे निळे डोळे कठोर झाले. "अगदी बरोबर बोललात. बिल आम्ही देत आहोत."

"बिल तुम्ही देत असालही," मेसन म्हणाला. "पण मी एका अशिलाचं प्रतिनिधित्व करतो आहे. दुसऱ्यांदा संकटात टाकण्याच्या माझ्या मुद्यावर समजा सुप्रीम कोर्टाने आधीचा निर्णय बदलला नाही तर? तरुण बाल्फोरला खुनाच्या आरोपाखालीच शिक्षा होईल."

"टेड बाल्फोरला सदोष मनुष्यवधाच्या आरोपाखाली शिक्षा झाली तरी चालेल, पण खून केला अशा निर्णयाने बाल्फोर कुटुंबाच्या अब्रूची लक्तरं वेशीवर टांगली जाता कामा नयेत. टेड महत्त्वाचा नाही. गुथ्री बाल्फोर महत्त्वाचा आहे. गुथ्रीच्या बाबतीत शक्य नसलं, तरी टेडच्या बाबतीत स्वसंरक्षणाच्या मुद्यावर आपण केस बनवू शकतो."

"माझी जबाबदारी माझ्या अशिलाच्या बाबतीत आहे." मेसन म्हणाला.

बोल्स कठोर स्वरात म्हणाला, "मी जे सांगेन तेच करणं तुमच्यावर बंधनकारक आहे. पैसे आम्ही देतो आहोत. सर्व योजना मी आखून ठेवली आहे. तुम्ही माझा विश्वासघात करायचा प्रयत्न करूनच बघा. मी कॅलिफोर्निया राज्यामध्ये तुमची अत्यंत वाईट परिस्थिती बनवेन. मी ते निश्चित करेन, हे विसरू नका.

"तुम्ही हुशार आहात आणि कायद्याच्या सर्व वाटा तुम्हाला माहीत आहेत, असा समज आहे; पण मी आजपर्यंत कुठल्याही तऱ्हेच्या भानगडी जितक्या सहजपणे निपटत आलो आहे, त्यातल्या अर्ध्या भानगडींना जरी तुम्हाला तोंड द्यावं लागलं असतं, तरी तुमच्या लक्षात आलं असतं की, तुम्हाला काहीही कळत नाही. खुनाची भानगड मिटवण्याचं हे काही माझं पहिलंच प्रकरण नाही. काही प्रकार तर भयानक होते."

"ठीक आहे. तुमचं मत तुम्ही स्पष्ट सांगितलं आहे, माझा दृष्टिकोन तुम्हाला कळलेला आहे. तुम्ही लक्षात ठेवावी अशी आणखी एक गोष्ट मी तुम्हाला सांगतो. ती पक्की ध्यानात ठेवा. मला खोटेपणा अजिबात चालत नाही. ही जी कपटकारस्थानं तुम्ही रचता आहात, ती मला मान्य नाहीत. मी फक्त सत्य घटनांवर अवलंबून राहतो. तुमच्या या सगळ्या योजनांपेक्षा सत्य हेच जास्ती धारदार शस्त्र आहे."

"काही न करता सहजपणे एक लक्ष डॉलर्स फी मिळवण्याची संधी तुम्ही वाया घालवता आहात आणि नंतर तुम्हाला कशाला तोंड द्यावं लागणार आहे, हे तर तुम्हाला माहीतच नाही."

"फी गेली खड्ड्यात!" मेसन म्हणाला. "मी माझ्या अशिलाचीच फक्त काळजी करतो. त्याच्या दृष्टीने जे चांगलं ठरेल तेवढंच करतो."

बोल्सने पुढे वाकून काचेवर टकटक केली.

ड्रायव्हरने मागे वळून बघितले.

"गाडी थांबव." बोल्स म्हणाला. "बाहेर पडू दे मला."

मग बोल्स मेसनकडे वळला. "आत्ताच्या परिस्थितीत टॅक्सीकॅबचं भाडंही तुम्हीच द्यायला हरकत नाही."

टॅक्सीकॅब थांबता थांबता मेसनने आपल्या खिशात हात घालून एक कागद बाहेर काढला आणि बोल्सच्या हातात टेकवला.

"हे काय आहे?" बोल्सने विचारले.

"बचाव पक्षाचा साक्षीदार म्हणून न्यायालयात हजर रहाण्याचा हुकूम देणारं समन्स."

क्षणभर बोल्स आश्चर्याने थक्क होऊन बघतच बसला आणि मग एक शिवी हासडून त्याने इतक्या जोराने टॅक्सीकॅबचा दरवाजा बंद केला की, सर्व काचा खडखडल्या.

"मागे वळव गाडी." मेसनने ड्रायव्हरला सूचना केली. "जिथून तू आम्हाला घेतलं होतंस त्याच ठिकाणी परत ने."

१६

डेलाने टेबलावर ठेवलेल्या टपालाच्या अगदी वर ठेवलेल्या पत्राकडे पेरी मेसन बघत होता.

"तू म्हणतेस हे रजिस्टर्ड मेलने स्पेशल डिलिव्हरीमधून मिळालं?"

तिने मान डोलावली. "ते मुळीच वेळ घालवत नाहीत ना?"

मेसनने मोठ्याने ते पत्र वाचले.

प्रिय महाशय,

आपणास कळविण्यात येते आहे की, या क्षणापासून सरकार विरुद्ध बाल्फोर या केसमधील थिओडोर बाल्फोर, ज्युनिअर याच्या बचावासंबंधातील सर्व जबाबदारीमधून आपली मुक्तता करण्यात येत आहे. यानंतर मॉर्टिमर डीन हाऊलॅन्ड हे ॲटर्नी म्हणून आरोपीचे प्रतिनिधित्व करतील. या केसच्या संदर्भात आपण आतापर्यंत जो खर्च केला असेल त्याची व्हाऊचर्स, प्रत्येक कामाचे स्वरूप आणि झालेला खर्च यांच्या तपशिलासह आमच्याकडे पाठवून द्यावीत. हे पत्र मिळाल्या तारखेपासून बाल्फोर अलाईड असोसिएट्सच्या वतीने आपण कुठलाही खर्च करू नये. आपण आजपर्यंतच्या खर्चाची जी बिले पाठवाल, त्यांचा विचार एकेक दिवसाच्या खर्चाप्रमाणे करण्यात येईल. आपण या केससाठी दवडलेल्या काळासाठी दिवसाला जास्तीत जास्त दोनशे पन्नास डॉलर्सच्या खर्चाला आमची मंजुरी आहे. अन्यथा ती बिले वादग्रस्त ठरतील.

आपला

बाल्फोर अलाईड असोसिएट्स

पर ॲडिसन बाल्फोर

"सगळं कसं छान आणि अधिकृतपणे केलं आहे ना?" मेसन म्हणाला.

"पण टेड बाल्फोरचं काय? तुम्हाला या केसमधून बाहेर पडावं लागणार? केवळ...."

"ॲडिसन बाल्फोर म्हणतो म्हणून नाही;" मेसनने उत्तर दिले. "पण तू टेडच्या जागी आहेस अशी कल्पना कर. बोल्स टेडकडे जाऊन सांगतो की, मी सहकार्य द्यायला तयार नाही आणि बाल्फोर अलाईड असोसिएट्सचा माझ्यावरचा विश्वास उडाला आहे. जोपर्यंत माझा त्याच्या केसशी कोणत्याही तऱ्हेने संबंध आहे, तोपर्यंत त्याच्या बचावासाठी ते मुळीच पैसा देणार नाहीत; पण हाऊलॅन्डला वकीलपत्र दिलं, तर ते कितीही पैसे खर्च करतील. अशा परिस्थितीत तू काय करशील?"

"मग आता तू काय करणार?"

"कळत नाही." विचार करत मेसन म्हणाला. "मी टेड बाल्फोरकडे जाऊन त्याला सत्य सांगितलं, तर हाऊलॅन्ड म्हणेल की, माझं वर्तन माझ्या पेशाला शोभणारं नाही. मी त्याचं अशील पळवायचा प्रयत्न करतो आहे.

"अशीही शक्यता आहे की, मी बाल्फोरला भेटायचा प्रयत्न केला, तर मला सांगण्यात येईल की बाल्फोर म्हणतो, मी आता त्याचं प्रतिनिधित्व करत नाही आणि

त्यामुळे मला त्याच्या भेटीचा हक्क नाही.''

"तर मग आता तुम्ही काय करणार आहात?''

"मी सर्व टेड बाल्फोरवर सोपवणार आहे. मी त्याला भेटायचा निदान प्रयत्न तरी करणार आहे.''

"आणि त्याला काय सांगणार?''

"सर्वकाही सांगून टाकणार आहे.''

डेला स्ट्रीटच्या टेबलावरचा टेलिफोन वाजला. तिने तो उचलला आणि क्षणभराने म्हणाली, "एक मिनिट थांब.'' ती मेसनकडे वळली. "तुमचा पहिला अशील परत आला आहे. मॅरिलिन कीथ. अत्यंत तातडीच्या कामासाठी तिला तुमची भेट हवी आहे.''

"पाठव तिला आत.''

ती नक्कीच रडली होती, पण ती ताठ मानेने आत शिरली आणि मेसनच्या शोधक नजरेला नजर भिडवून उभी राहिली.

मेसनच्या टेबलावरच्या टपालाकडे तिने पटकन पाहिले. "बातमी मिळालेली दिसते.''

मेसनने मान डोलावली.

"बॅनर बोल्सबरोबर तुमचे मतभेद झाले त्याचं वाईट वाटतं मला मिस्टर मेसन.'' ती म्हणाली. "तो खूप ताकदवान आहे आणि हुशारही... फारच हुशार.''

मेसनने पुन्हा मान डोलावली.

टेबलावरच्या पत्राकडे बोट करत ती म्हणाली, "ते सर्व कशाबद्दल आहे, ते मला माहीत आहे. मिस्टर ॲडिसन बाल्फोर यांनी ते पत्र मलाच लिहून घ्यायला लावलं होतं. ते तुम्हाला सकाळीच मिळावं म्हणून मलाच ते पोस्ट ऑफिसमध्ये घेऊन जावं लागलं होतं.''

"आपण स्पष्ट बोलू या मिस कीथ.'' मेसन म्हणाला. "तुम्ही बाल्फोर अलाईड असोसिएट्ससाठी काम करता. अशी परिस्थिती निर्माण झाली आहे की, ज्या गोष्टी टेड बाल्फोरच्या हिताच्या आहेत, त्याच गोष्टी तुमच्या मालकांच्या हितसंबंधांआड येऊ शकतात. माझी इच्छा नाही की....''

"विसरा ते!'' ती शांतपणे उद्गारली. "इतका मूर्खपणा....''

मेसनच्या भुवया वर चढल्या.

"तुमच्या अधिकृत माहितीसाठी सांगते की, मी आता बाल्फोर अलाईड असोसिएट्सची नोकर नाही.''

"काय झालं?''

"माझ्यावर मालकांचा विश्वासघात, बेईमानी, नोकरीच्या अनुषंगाने मिळालेल्या

गुप्त माहितीचा स्वत:च्या फायद्यासाठी उपयोग करणं वगैरे आरोप करण्यात आले आहेत.''

''नक्की काय झालं ते नीट सांगणार का?'' मेसनने विचारले. त्याच्या चेहऱ्यावरच्या आठ्या थोड्या कमी झाल्या. ''आणि आधी तुम्ही खाली बसा. मला एक मिनिटभरच वेळ आहे, पण तुम्हाला जे सांगायचं असेल, ते ऐकायची मला उत्सुकता आहे.''

''मी टेड बाल्फोरला भेटायला जेलमध्ये गेले होते.''

''काय?'' मेसनने आश्चर्यानेच विचारले.

तिने मान डोलावली.

''आणि तुम्ही काय सांगितलत त्याला?''

''मी त्याला सांगितलं की, जोपर्यंत तुम्ही त्याचे वकील म्हणून काम बघत आहात, तोपर्यंत बाल्फोर अलाईड असोसिएट्स त्याची सर्व तऱ्हेची मदत थोपवणार आहेत. त्यांनी तुमचं वकीलपत्र काढून घेऊन मॉर्टिमर डीन हाऊलॅन्डला त्याचा वकील म्हणून नेमलं, तर वरपर्यंतच्या सर्व कोर्टांमध्ये तुम्हीच काढलेल्या मुद्यावर, म्हणजे एकदा खटला भरून शिक्षा झाली असल्याने पुन्हा दुसऱ्यांदा तसाच खटला भरता येणार नाही, या मुद्यावर त्याची केस लढण्यासाठी ते लागेल तितका पैसा पुरवतील.

''मी त्याला असंही सांगितलं की, तपशील माहिती नसला, तरी मला कळलं आहे की, स्वत:ची कातडी बचावण्यासाठी बाल्फोर अलाईड असोसिएट्स त्याचा बळी द्यायला तयार आहे. मी सांगितलं की, तुम्हीच त्याचं प्रतिनिधित्व करावं, असा त्याने आग्रह धरला, तर माझी खात्री आहे की, तुम्ही त्याच्यासाठी तुमच्या परीने जास्तीत जास्त प्रयत्न कराल.''

''मग काय म्हणाला तो?''

''तुमची फी देण्याची काहीतरी तजवीज करता आली, तर त्याला तुम्हालाच ॲटर्नी म्हणून ठेवायचं आहे.''

''त्याने तुम्हाला असं सांगितलं?''

''हो.''

''मग तुम्ही काय केलंत?''

ती हातातील पर्स उघडत म्हणाली, ''मी तुमच्या नावाने पाचशे पंचवीस डॉलर्सचा चेक लिहिला. या जगात माझा म्हणता येण्यासारखा प्रत्येक सेन्ट मिस्टर मेसन. बाकीचे पैसे तुम्हाला कधी मिळतील ते मला माहीत नाही. खुनाच्या प्रकरणात तुम्हाला मिळते तेवढी ही फी नाही, हे मला ठाऊक आहे. ही आगाऊ रक्कम समजा.''

मेसनने चेक घेतला आणि त्याच्याकडे बघत बसला.

धीर दाखवायचा प्रयत्न करत ती म्हणाली, ''मी दुसरीकडे कुठेतरी काम मिळवेन आणि त्यातली ठरावीक रक्कम तुम्हाला देईन. मी तुम्हाला प्रॉमिसरी नोट लिहून द्यायला तयार आहे आणि....''

''कामाच्या अनुषंगाने मिळालेल्या गुप्त माहितीचा उपयोग तुम्ही वैयक्तिक फायद्यासाठी करून घेतलात, अशा तऱ्हेचे आरोप बाल्फोर अलाईड असोसिएट्स करत असताना तुम्हाला कुठेही काम मिळण्याची शक्यता नाही.''

डोळ्यातून वाहू पाहणारे अश्रू थोपवायचा प्रयत्न करत ती म्हणाली, ''मी इथे काम शोधायचा मूर्खपणा करणारच नाही. मी दुसऱ्या कुठल्यातरी शहरात जाईन. बाल्फोर अलाईड असोसिएट्समध्ये होते, याबद्दल तोंडातून अक्षर काढणार नाही.''

मेसन विचार करत तिच्याकडे बघतच उभा होता.

''तुम्ही कराल हे काम मिस्टर मेसन? प्लीज...? टेडचं *प्रतिनिधित्व* प्लीज *कराल ना मिस्टर मेसन?*''

''त्याची तशी इच्छा आहे?''

''त्याची खूपच इच्छा आहे. खूप दुष्कर काम आहे, पण तुम्ही प्रामाणिक आहात. बाल्फोर अलाईड असोसिएट्सची ताकद किती अफाट आहे आणि बॅनर बोल्ससारखा माणूस ती किती निर्दयपणे आणि निष्ठुरपणे वापरू शकतो, याची तुम्हाला कल्पनाच करता येणार नाही. तुमचा लढा सोपा असणार नाही.

''बोल्सने ॲटर्नी बनण्याचं शिक्षण घेतलं आहे, पण त्याने कधीच प्रॅक्टिस केली नाही. कोणतं काम, कुणाकडून, कशा तऱ्हेने करून घ्यायचं, हे त्याला बरोबर कळतं. काम करून घ्यायचे मार्ग त्याला पूर्णपणे ठाऊक आहेत. बाल्फोर अलाईड असोसिएट्सची अमर्याद ताकद आणि अफाट पैसा त्याच्यामागे असतो तेव्हा त्याच्या आड येणारी कोणतीही गोष्ट जर त्याला विकत घेता आली नाही, तर तो ती दूर भिरकावून देऊ शकतो.''

''एकदा बोल्सने टेडची भेट घेतल्यावरही मीच टेडचं प्रतिनिधित्व करावं असं टेड म्हणू शकेल?''

''म्हणून तर मला आत्ताच तुम्हाला भेटायचं होतं. जा आणि भेटा त्याला. आत्ताच्या आत्ता जाऊन भेटा त्याला. तुम्ही त्याच्या बाजूने उभे राहाल, याची खात्री द्या त्याला, पण *मी तुम्हाला काही पैसे देत आहे,* असं कृपा करून त्याच्याजवळ बोलू नका. मला कल्पना आहे की, ती खूप क्षुल्लक रक्कम आहे; पण तुम्ही त्याचं प्रतिनिधित्व करू शकाल... कराल....''

मेसनने तिच्या चेकचे दोन तुकडे केले, मग चार आणि सर्व कपटे कचऱ्याच्या टोपलीत टाकले. तिच्याजवळ जाऊन हळूच तिच्या खांद्यावर हात ठेवला. ''फार

गोड मुलगी आहेस तू. काळजी सोड. मी टेड बाल्फोरला भेटतो आणि सांगतो की, मी ठामपणे त्याच्यामागे उभा राहणार आहे. तू तुझे पैसे जपून ठेव. नवीन काम मिळेपर्यंत कामाला येतील.''

तिने मान उचलून क्षणभर त्याच्याकडे बघितले. आतापर्यंत तिने मनावर कसाबसा ठेवलेला ताबा सुटला. मेसनच्या खांद्यावर मान टेकून ती हुंदके देत ओक्साबोक्शी रडायला लागली.

डेला स्ट्रीट हळूच पाऊल न वाजवता तिथून बाहेर आली.

१७

जज कॅंडवेल म्हणाले, ''सद्गृहस्थहो, ज्यूरीला शपथ दिली आहे. आरोपी कोर्टात हजर आहे. सर्व ज्यूरर्सही हजर आहेत.

''मी स्वच्छपणे सांगू शकतो की, माझ्या मनात कुठलाही पूर्वग्रह नाही आणि या केसमध्ये उपस्थित केलेले मुद्दे लक्षात घेऊनही ही केस चालविण्यास मी अपात्र नाही. तरीही ही केस दुसऱ्या कुठल्यातरी जजसमोर चालवली जाईल, अशी मला आशा होती. हेबिअस कॉर्पसच्या संदर्भात बचाव पक्षाच्या ॲटर्नीने काढलेल्या कायदेशीर बाबींचीही मी पूर्ण माहिती मिळवली आहे.

''त्याच आरोपाखाली दुसऱ्यांदा खटला भरता येत नाही, याच्या संदर्भात दिलेले पुरावे सत्य आहेत. या बाबतीत कुठलीही शंका नाही. ती वस्तुस्थिती मान्य करूनही ज्यूरीने करण्यासारखं त्यात काहीही नाही. कायद्याच्या बाबतीतला निर्णय हे कोर्टच देईल. कोर्टाने ठरवलं आहे की, या विनंतीमध्ये काहीही तथ्य नाही.

''कोर्टाने हा निर्णय नाइलाजानेच घेतला आहे. पूर्ण सत्य समोर आलं नाही, सत्याचा विपर्यास झाला, कमी गंभीर अशा गुन्ह्यासाठी खटला भरला गेला हे मान्य झालं, तरी कोर्ट अशी कल्पनाच करू शकत नाही की, या गोष्टींमुळे आरोपीला मुक्त करावं, ही कायद्याची भूमिका असू शकते.

''हा मुद्दा वरिष्ठ न्यायालयासमोर नेला जाऊ शकतो आणि त्यावर काय तो निर्णय ते कोर्ट देईल. त्यामुळे या कोर्टाच्या निर्णयाने आरोपीच्या हितसंबंधांना कोणतीही बाधा येणार नाही.

''तेव्हा मी ही विनंती अमान्य करत आहे. सरकारी पक्षाने आपलं कामकाज आता सुरू करावं.''

रॉजर फॅरीसने ज्यूरीसमोर छोटेसे प्रास्ताविक भाषण करून आपले साक्षीदार बोलवायला सुरुवात केली.

कॉरोनरच्या कार्यालयामधील शवचिकित्सा करणाऱ्या शल्यविशारदाने सांगितले की, *हिट-अॅन्ड-रन* अपघातात मृत्यू पावला आहे, असा दाखला दिलेल्या एका शवाची त्याने उत्तर तपासणी केली होती; पण पुराव्यात तफावत आढळल्यावर शव उकरून काढून त्याच्या डोक्याची खूप काळजीपूर्वक तपासणी केली गेली. त्या वेळी लक्षात आले की, डोक्यात घुसलेल्या गोळीमुळे त्या माणसाचा मृत्यू ओढवला होता. गोळीची जखम, ती कशा तऱ्हेने डोक्यात शिरली होती वगैरे तपशील सांगून जखमेतून काढलेली गोळी पुरावा म्हणून दाखल झाली.

मेसनने उलटतपासणी केली नाही. एकही प्रश्न विचारला नाही.

एक .२२ ऑटोमॅटिक पुढे केले गेले. उत्पादकाचा सिरिअल नंबर आणि विक्रीच्या रेकॉर्डच्या आधारे ते टेड बाल्फोरला विकले गेले होते, असेही सिद्ध झाले.

मेसनने उलटतपासणी घेतली नाही.

मग रॉजर फॅरीसने शस्त्रास्त्रांच्या एका तज्ज्ञाला साक्षीदार म्हणून बोलावले. त्याने सांगितले की, त्या .२२ ऑटोमॅटिकमधून त्याने चाचणी घेण्यासाठी गोळ्या झाडल्या होत्या. पुराव्यादाखल सादर केलेल्या गोळीवरच्या खाणाखुणा चाचणी घेण्यासाठी झाडलेल्या गोळ्यांवर पडलेल्या खाणाखुणांशी पडताळून बघितल्यावर पुराव्यादाखल सादर केलेल्या ऑटोमॅटिकमधून झाडल्या गेलेल्या गोळीनेच त्या माणसाचा जीव घेतला होता, यात शंका राहिली नव्हती.

या वेळेलाही मेसनने उलटतपासणी केली नाही.

कपाळावर आठ्या चढवूनच जज कॅडवेलने मेसनकडे बघितले. ''काऊन्सेलची नक्की भूमिका काय आहे हे मला कळलं तर बरं होईल. कोर्टाने काऊन्सेलचा दुसऱ्यांदा खटला भरता येत नाही हा मुद्दा फेटाळून लावल्यामुळेच काऊन्सेलला ट्रायलमध्ये भाग घ्यायचा नाही का? तसं असेल, तर कोर्टाला सूचना द्यायची आहे की, काऊन्सेल आरोपीच्या बचावासाठी कोर्टामध्ये हजर झाला आहे आणि त्याचं प्रतिनिधित्व करणं हे काऊन्सेलचं कर्तव्य आहे.''

''मला कोर्टाची परिस्थिती कळते आहे.'' मेसनने उत्तर दिले. ''मी या साक्षीदारांची उलटतपासणी घेतली नाही, कारण मला त्यांना काही प्रश्नच विचारायचे नाहीत. मी ट्रायलच्या कामकाजात नक्कीच भाग घेणार आहे.''

''ठीक आहे.'' जज कॅडवेल म्हणाले. त्यांचे पूर्ण समाधान झाले नसावे. ''हे साक्षीदार खूप महत्त्वाचे आहेत, एवढंच मला सुचवायचं होतं. असो. कोर्टाला आणखी काही भाष्य करायचं नाही. केसचं काम पुढे चालू होऊ दे.''

''युअर ऑनर,'' रॉजर फॅरीसने बोलायला सुरुवात केली, ''मागच्या वेळी निष्काळजीपणामुळे मनुष्यवधाला कारणीभूत ठरल्याचं आरोपपत्र या आरोपीवर दाखल करण्यात आलं होतं, तेव्हा मिर्टल अॅन हेले ही सरकारी पक्षाची साक्षीदार

होती. आत्ता आम्हाला तिचा पत्ता लागू शकत नाही. आम्ही तिचा तपास करायचा खूप प्रयत्न केला आहे, हे आम्ही दाखवून देऊ. ती उपलब्ध नसल्याने आणि दोन्ही पक्ष, म्हणजे फिर्यादी म्हणून कॅलिफोर्निया हे राज्य आणि प्रतिवादी म्हणून थिओडोर बाल्फोर ज्युनिअर हेच असल्याने आम्ही तिची साक्ष रेकॉर्डसाठी वाचून दाखवतो. त्याला आरोपीच्या वकिलाचा आक्षेप नसेल, असं आम्हाला कळलं आहे."

जज कॅडवेलने मेसनकडे वळून विचारले, "काही आक्षेप?"

मेसन म्हणाला, "अजिबात नाही युअर ऑनर. काऊन्सेलने प्रथम ती उपलब्ध नाही असं सिद्ध करावं एवढंच. मी म्हणेन की, आधीच्या ट्रायलचा पुरावाच पुन्हा वापरण्याची काऊन्सेलची तयारी आमची विनंती किती योग्य होती हे दाखवते."

"ट्रायल वेगळी आहे, पार्टीज त्याच आहेत." फॅरीस म्हणाला.

जज कॅडवेलने हनुवटीवर बोटे आपटली. "बचाव पक्षाने काढलेल्या मुद्याला यामुळे पुष्टी मिळते आहे खरी; पण त्याबाबत कोर्टाने आपला निर्णय दिला आहे, आणि तो कायम राहील. प्रॉसिक्यूटरने मिर्टल ॲन हेलेचा तपास लागत नाही हे सिद्ध करावं. मिर्टल ॲन हेलेच्या साक्षीमधल्या कुठल्याही बाबीबाबत आक्षेप असेल, तर बचाव पक्षाच्या ॲटर्नींने तो आत्ताच मांडावा. कोर्ट त्यावर आपला निर्णय देईल." फॅरीसने डिस्ट्रिक्ट ॲटर्नींच्या ऑफिसमधील एका तपास-अधिकाऱ्याला बोलावले. त्याने सांगितले की, मिर्टल ॲन हेलेने तिची राहाण्याची जागा सोडली होती. नवीन पत्ता दिलेला नव्हता. त्याने तिच्या मित्र-मैत्रिणी, ओळखीची माणसे यांच्याकडे चौकशी केली होती. ती कुठे गेली होती, हे कुणालाच ठाऊक नव्हते. त्याने तिचा तपास करून तिच्यावर समन्स बजावण्याचा खूप प्रयत्न केला होता, पण काही उपयोग झाला नव्हता. बाल्फोर अलाईड असोसिएट्सच्या एका दुय्यम कंपनीमध्ये ती कामाला होती. ती एकाएकी नोकरी सोडून गेली होती. तिच्या पगाराचा चेक घ्यायलाही आली नव्हती. बाल्फोर कंपनीने खूप दबाव आणल्यानेच प्रॉसिक्यूशनची महत्त्वाची साक्षीदार नाहीशी झाली असावी, असा कयास होता.

"उलटतपासणी?" जज कॅडवेलने मेसनला विचारले.

मेसनने नकारार्थी मान हलवली. "उलटतपासणी नाही."

"ठीक आहे." जज कॅडवेल म्हणाले, "बचाव पक्षाच्या वकिलाची हरकत नसल्याने अस्सलपणाची योग्य ती खात्री पटवून घेतल्यानंतर मिर्टल ॲन हेलेची साक्ष रेकॉर्डला घ्यावी, ही प्रॉसिक्यूशनची विनंती मी मान्य करतो आहे."

कोर्ट रिपोर्टरला शपथ दिल्यावर त्याने मिर्टल ॲन हेलेची साक्ष वाचून दाखवली.

एखाद्या जादूगाराने अफलातून प्रयोगाचा सनसनाटी शेवट करावा तशा अविर्भावात

रॉजर फॅरीस खणखणीत आवाजात म्हणाला, "मिस्टर बॅनर बोल्स साक्ष देण्यासाठी पुढे येतील का?"

बॅनर बोल्स पुढे झाला. साक्षीदाराच्या पिंजऱ्यात उभे राहिल्यावर त्याने हात वर केला. शपथ दिल्यावर त्याने आपले नाव, वय, पत्ता, व्यवसाय सांगितला.

"आरोपी थिओडोर बाल्फोर, ज्युनिअर याला तुम्ही ओळखता?" फॅरीसने विचारले.

"हो सर. नक्कीच."

"किती काळ ओळखता त्याला?"

"साधारण दहा वर्षं."

"या वर्षीच्या एकोणीस सप्टेंबरला तुम्ही काय करत होता?"

"बाल्फोर अलाईड असोसिएट्ससाठी काम करत होतो."

"त्या दिवशी रात्री खास करून कुठली कामं केली होती?"

"मिस्टर गुथ्री बाल्फोर एल-पासोला जाण्यासाठी निघणार होते आणि तिथून पुढे मेक्सिकोला. त्यांना सुरक्षितपणे आगगाडीवर सोडणं, हा त्या दिवशीच्या कामाचा एक भाग होता."

"थोडंफार शरीररक्षकाचं काम म्हणता येईल?"

"खरंतर ट्रबल-शूटरच्या धर्तीचं कर्तव्य म्हणता येईल."

"एल-पासोला जाणाऱ्या आगगाडीवर त्यांना तुम्ही सोडून आला?"

"हो."

"त्यांच्याबरोबर आणखी कोण होतं?"

"त्यांची पत्नी डोर्ला बाल्फोर."

"ती त्यांच्याबरोबर त्याच गाडीत चढली?"

"हो सर."

"स्टेशनवर जाण्यापूर्वी तुम्ही कुठे गेला होतात?"

"गुथ्री आणि डोर्ला यांना निरोप देण्यासाठी मिसेस फ्लॉरेन्स इन्गल यांनी एक पार्टी त्यांच्या घरी दिली होती. ती बाल्फोर कुटुंबाची मैत्रीण आहे. मीही त्या पार्टीला हजर होतो."

"मिस्टर आणि मिसेस गुथ्री बाल्फोर यांना आगगाडीवर सोडून आल्यावर काय केलंत तुम्ही?"

"मी माझ्या ऑफिसमध्ये परत गेलो."

"तुमचं ऑफिस अपटाऊन – नागरी वस्तीच्या – भागात आहे?"

"हो सर."

"बाल्फोर अलाईड असोसिएट्समध्ये तुमचं ऑफिस नाही?"

"तिथेही आहेच; पण अपटाऊन विभागातलं कार्यालय दिवसाचे चोवीस तास उघडं असतं."

"कशासाठी असं विचारू शकतो मी?"

"काही काम निघालं, गडबड झाली, तर लोक मला फोन करतात."

"एकोणीस तारखेच्या संध्याकाळी कुणी तसा फोन केला होता?"

"नाही सर."

"नाही?"

"नाही सर."

"मला वाटलं... सॉरी, मला वाटतं ती रविवारची सकाळ असावी. तेव्हा कुणी फोन केला होता?"

"हो सर."

"कुणी?"

"प्रतिवादीने."

"म्हणजे थिओडोर बाल्फोर, ज्युनिअर म्हणायचं आहे तुम्हाला?"

"हो सर."

"तो कुठून बोलत होता हे माहीत आहे तुम्हाला?"

"त्याने तो कुठून बोलत होता सांगितलं, तेवढंच माहीत आहे मला."

"आणि कुठे होता तो?"

"सिकॅमोर रोड आणि स्टेट हायवेच्या इन्टरसेक्शनवरच्या सर्व्हिस स्टेशनचा टेलिफोन बूथ. सर्व्हिस स्टेशन बंद होतं, पण टेलिफोन बूथवरून बोलत होता तो."

"तो काय म्हणाला?"

"ताबडतोब तिथे येऊन भेटायला सांगितलं. तो म्हणाला की, तो अडचणीत सापडला होता."

"मग काय केलंत तुम्ही?"

"गाडीत उडी मारली आणि लवकरात लवकर तिथे पोहोचलो."

"तुम्हाला तिथे पोहोचायला किती वेळ लागला?"

"वीसएक मिनिटं असतील, असा तर्क आहे माझा."

"निघण्यापूर्वी त्याला तुम्ही काही सूचना दिल्या होत्या?"

"मी येईपर्यंत तिथेच थांबायला सांगितलं होतं."

"तुम्ही पोहोचलात तेव्हा तो तिथेच होता?"

"नाही सर. नव्हता."

"मग कुठे होता तो?"

"मी त्याला शोधण्यासाठी गाडीतून थोडा वेळ इकडेतिकडे भटकत...."

"ते जाऊ दे. शेवटी तुम्हाला तो कुठे सापडला तेवढं सांगा."

"तो मला घरी सापडला."

"म्हणजे मिस्टर अॅन्ड मिसेस गुथ्री बाल्फोरच्या घरी?"

"हो सर."

"तो तिथेच राहत होता?"

"हो सर."

"बाल्फोर अलाईड असोसिएट्सचा ट्रबल-शूटर असल्याने तुम्हाला ती गोष्ट माहीत होती?"

"हो सर."

"मग काय केलं तुम्ही?"

"मला इतर कुणाला जागं करायचं नव्हतं. तो घरी आहे ना, एवढंच माहीत करून घ्यायचं होतं."

"बाल्फोर उद्योगसमूहातलं तुमच्या कामाचं स्वरूप लक्षात घेता बाल्फोर अलाईड असोसिएट्सच्या सर्व अधिकाऱ्यांच्या निवासस्थानांच्या चाव्या तुमच्याकडे आहेत?"

"आणीबाणीचा प्रसंग उद्‌भवला तर वापरण्यासारख्या पास-कीज आहेत."

"आणि त्यातलीच एक तुम्ही वापरलीत?"

"हो सर."

"पहिल्यांदा कुठे गेलात?"

"प्रथम गराजमध्ये गेलो. तो चालवत होता ती गाडी गराजमध्ये आहे का बघितलं."

"गाडी गराजमध्ये होती?"

"हो सर."

"गाडीची अवस्था काय होती?"

"मी माझा फ्लॅशलाइट लावून गाडीची तपासणी करण्यासाठी गाडीभोवती फेरी मारली. त्याने फोन करताना त्याचा जो आवाज होता तो लक्षात घेता मला वाटलं होतं की...."

"तुम्हाला काय *वाटत होतं* ते सोडा." फॅरीस जरा चढत्या आवाजात म्हणाला. "तुम्ही *काय केलंत* तेवढं सांगा."

"मी गाडीची तपासणी केली."

"काय आढळलं तुम्हाला?"

"पुढल्या बाजूचा उजवीकडला हेडलाइट फुटला होता. फेन्डरवर दणका बसला होता. पुढल्या बम्परच्या उजव्या बाजूला रक्ताचे डाग होते. म्हणजे ते डाग

रक्ताचे आहेत, असं मी गृहीत धरलं. लाल डाग होते, सुकले होते, रक्ताचे डाग वाटत होते.''

''मग काय केलंत तुम्ही?''

''फ्लॅश लाइट बंद केला, गराजचा दरवाजा लावला आणि घराकडे गेलो. किल्लीने पुढला दरवाजा उघडला. वरच्या मजल्यावर गेलो.''

''वरच्या मजल्यावर कुठे?''

''आरोपीच्या खोलीमध्ये.''

''पूर्वी त्या खोलीत गेला होतात?''

''हो.''

''ती कुठे आहे माहीत होतं?''

''हो सर.''

''आणि नंतर?''

''दारावर टकटक करून म्हणालो, ''मी बॅनर टेड. मला आत घे.'' ''

''काही उत्तर मिळालं?''

''नाही.''

''मग काय केलंत?''

''मी खोलीत शिरलो.''

''काय आढळलं तुम्हाला?''

''दारू पिऊन तर्र झालेला टेड बाल्फोर कपड्यांसकट बिछान्यावर झोपला होता.''

''शूज? काढले होते का घातलेलेच होते?''

''घातलेलेच होते.''

''ही कितीची वेळ होती?''

''सकाळचे साधारण दोन वाजले असावेत. सर्व्हिस स्टेशनवरून मी एक पन्नासला निघालो होतो. गराजमध्ये जाऊन गाडी बघण्यात फार तर पाचएक मिनिटं वेळ गेला असेल.''

''गाडी म्हणता तेव्हा कुठली गाडी म्हणायची असते तुम्हाला?''

''पुराव्यामध्ये ज्या गाडीचे फोटो दाखल करून घेतले आहेत ती गाडी. जी. एम. बी. ६६५. लायसन्स नंबर असलेली गाडी.''

''त्या वेळी आरोपीच्या खोलीमध्ये त्याच्याबरोबर काही संभाषण झालं?''

''हो सर.''

''आणखी कोणी त्या वेळी हजर होतं?''

''नाही सर.''

''फक्त तुम्हीच दोघं?''

"हो सर."

"काय केलंत तुम्ही?"

"त्याचा कोट काढला. शर्ट्स काढले. टॉवेल्स थंड पाण्यात भिजवून त्याच्या पोटावर, मानेवर ठेवले. बेडवर बसतं करून हलवलं. डोळ्यांवर, मानेमागेही थंडगार टॉवेल्सच्या घड्या ठेवल्या. शेवटी कसाबसा तो शुद्धीत आला किंवा जागा झाला म्हणा किंवा काय म्हणायचं ते म्हणा."

"त्याने ओळखलं तुम्हाला?"

"ओळखलं ना!"

"आणि तुमच्या आठवणीप्रमाणे त्या वेळी त्याच्याबरोबर तुमचं काय बोलणं झालं?"

"मी त्याला काय हवं होतं ते विचारलं. तो म्हणाला तो भानगडीत अडकला होता, पण त्यातून कसं सुटायचं हे त्याने स्वतःहून विचार करून शोधून काढलं होतं."

"त्याने तुम्हाला काय सांगितलं?"

"त्याने सांगितलं की, पत्त्यांच्या जुगारात तो जवळची सर्व रोख रक्कम गमावून बसला होता. नंतर एका सिन्डिकेटकडून स्वतःच्या पतीवर त्याने पैसे मिळवले होते, पण तेही सर्व त्याने जुगारात घालवले होते. आता त्या सिन्डिकेटने पैशांसाठी त्याच्यामागे तगादा लावला होता."

"हे सर्व त्याने सांगितलं तुम्हाला?"

"हो सर."

"तो कसा बोलत होता?"

"दारू प्यायल्यासारखा. त्याची जीभ बोलताना जड वाटत होती, पण मी हळूहळू त्याच्याकडून सर्व काढून घेतलं."

"आणि नंतर त्याने काय सांगितलं तुम्हाला?"

"त्याने सांगितलं की, सिन्डिकेटकडून त्याला एक-दोन वेळा टेलिफोन आला होता. पैसे दे, नाहीतर... नंतर एक निनावी, सही न केलेलं पत्र मिळालं होतं. त्यात त्यांनी सांगितलं होतं की, त्याने पैसे भरले नसते, तर ते त्यांचा कलेक्टर पाठवणार होते."

"आम्ही कलेक्टर पाठवू अशी त्यांनी धमकी दिली होती, त्याचा अर्थ त्याला काय वाटला होता, हे त्याने सांगितलं होतं?"

"हो सर."

"काय म्हणाला तो?"

"तो म्हणाला की, त्याचा अर्थ ते कुणालातरी त्याला मारहाण करायला

पाठवणार होते. कुणी पैसे दिले नाहीत की, ते फार गुंडांसारखे वागतात. पहिल्या वेळी मारहाणीवर भागतं. दुसऱ्या वेळी ते उचलूनच घेऊन जातात. तो माणूस कायमचा नाहीसा होतो.''

''पुढे बोला.'' खुर्चीच्या काठावर वाकून एकाग्रतेने बोल्सचे शब्द ऐकत असणाऱ्या ज्यूरर्सकडे विजयी मुद्रेने बघत फॅरीस म्हणाला. ''आणखी काय सांगितलं त्याने?''

''तो म्हणाला की, त्याने वीस हजार डॉलर्स उभे करायचा प्रयत्न केला. ॲडिसन बाल्फोरला विचारायचं धैर्य त्याच्याकडे नव्हतं. त्याला आशा होती की, गुथ्री बाल्फोर मेक्सिकोला जाण्यापूर्वी त्याला तिच्याशी बोलायची संधी मिळेल; पण पार्टीच्या गर्दीत तशी संधी लाभलीच त्याला नाही; आणि हा विषय तसा काळजीपूर्वक काढणंच भाग होतं, नाहीतर नकार मिळण्याचीच शक्यता होती.

''त्याच्या आईवडलांनी एका ट्रस्ट फंडामध्ये त्याच्यासाठी थोडे पैसे ठेवले आहेत. ट्रस्टीकडून थोडे पैसे मिळवण्यासाठी तो त्याला गाठायच्या प्रयत्नात होता, पण तो सुट्टीवर बाहेर गेला होता. तो परत येईपर्यंत वेळ काढायचा त्याचा प्रयत्न होता.''

''आणखी काही म्हणाला तो?''

''तो वडलांच्या एका मैत्रिणीबरोबरही बोलला होता. फ्लॉरेन्स इन्गल.''

''जिने पार्टी दिली होती तीच स्त्री?''

''हो.''

''तिच्याशी कधी बोलला होता असं सांगितलं त्याने?''

''तो म्हणाला त्याप्रमाणे त्याच रात्री त्याने तिच्याकडे वीस हजार डॉलर्स मागितले होते, पण तिला पैसे देणं शक्य नव्हतं किंवा इच्छा नव्हती.''

''मग काय म्हणाला तो?''

''तो जरा जास्तीच दारू प्यायला होता. दहा वाजताच्या सुमाराला एका तरुण स्त्रीने त्याला त्याच्या गाडीतून घरी सोडलं आणि त्याची गाडी गराजमध्ये ठेवली.''

''त्या तरुण स्त्रीचं नाव त्याने तुम्हाला सांगितलं होतं?''

''तो म्हणाला की, त्याला तिचं नाव माहीत नाही म्हणून. मला वाटतं की, त्याला माहीत आहे. पण मी....''

''तुम्हाला काय वाटतं त्याला महत्त्व नाही.'' फॅरीस ओरडला. ''नियम माहिती आहेत तुम्हाला. तुमचे निष्कर्ष नको आहेत मला. फक्त आरोपीने काय सांगितलं आणि तुम्ही त्याला काय म्हणालात तेवढंच सांगा.''

''हो सर.''

''त्याला घरी सोडण्यात आलं, याबद्दल काय बोलला तो?''

"त्या तरुण स्त्रीने त्याला घरी आणलं. त्याचे शूज काढले आणि त्याला बिछान्यावर झोपवलं. त्याला खरोखरच दारू चढली होती. एकदा बाथरूममध्ये जाऊन आल्यावर त्याला जरा बरं वाटलं. त्याला आठवण झाली की, त्याच्या ट्रस्ट फंडाकडे बघणारा ट्रस्टी कधीकधी रजेवरून लौकर येत असे आणि शहराबाहेरच्या मोटेलमध्ये राहत असे. वयाने मोठा असणारा, दृष्टी अधू असणारा माणूस होता. त्याला रात्री गाडी चालवायला आवडत नसे. तो ट्रीपवरून परत आला आणि त्याला उशीर झाला असला की, तो मोटेलमध्ये मुक्काम करत असे. त्याने त्या मोटेलमध्ये जाऊन ट्रस्टी परत आला होता का, हे बघायचं ठरवलं."

"आणि नंतर काय?"

"शूज घालून तो घराबाहेर आला आणि गराजमध्ये गेला. त्याला धमक्या मिळालेल्या होत्या. रात्रीची खूप उशिराची वेळ होती. त्याने गन कॅबिनेट उघडून त्यातलं .२२ ऑटोमॅटिक आपल्या खिशात टाकलं."

"आणखी काही म्हणाला तो?"

"गराजमध्ये पोहोचल्यावर त्याला अंधारात सावलीसारखी आकृती बघितल्यासारखं वाटलं, पण दारू प्यायल्याने आपल्याला भास होत असावा असं त्याला वाटलं. गराजचा दरवाजा उघडून आत पाऊल टाकलं. गाडीच्या हॅन्डलवर हात ठेवत असतानाच मागून त्याच्या खांद्यावर कोणीतरी हात ठेवला आणि म्हटलं "बरा भेटलास दोस्ता, मी कलेक्टर.""

"पुढे बोला." फॅरीस म्हणाला. "आणखी काय?"

"टेड म्हणाला की, तो भीतीनेच गारठला. पुढल्या क्षणी मी कलेक्टर अशी ओळख देणाऱ्या माणसाने टेडच्या छातीत असा दणका हाणला की, तो गराजच्या भिंतीवर आदळला. मग तो माणूस त्याला म्हणाला, "ही तर केवळ झलक आहे. बस गाडीत. आपण एक चक्कर मारणार आहोत. जुगारातले पैसे न बुडवण्याचा धडा आज मी तुला शिकवणार आहे." "

"पुढे बोला." फॅरीस म्हणाला. "आणखी काय?"

"आणि मग तो म्हणाला की, स्वतःच्या जिवाच्या धास्तीनेच त्याने मागचा-पुढचा विचार न करता खाडकन .२२ ऑटोमॅटिक बाहेर काढलं आणि कंबरेच्या इथूनच गोळी मारली. तो असंही म्हणाला की, तो उत्कृष्ट नेमबाज आहे आणि त्याने सरळ त्या माणसाच्या डोक्याच्या दिशेनेच गोळी मारली होती. तो माणूस मागे धडपडला आणि पुढल्या सीटवर अर्धवट कोसळला. मेला नसला, तरी त्याची शुद्ध हरपली होती.

"त्याच्या लक्षात आलं की, तातडीने काहीतरी करायलाच पाहिजे होतं. त्याने त्याला नीट उचलून पुढल्या सीटवर बसवलं, गाडीचा दरवाजा बंद केला आणि

दुसऱ्या बाजूने ड्रायव्हरच्या सीटवर बसून गाडी सुरू केली. कोणीतरी गोळी झाडल्याचा आवाज ऐकला असेल या भीतीने त्याला लवकरात लवकर घरापासून दूर पळायचं होतं. तो म्हणाला की, तो स्टेट हायवेपर्यंत गेला आणि डावीकडे वळला. सिकॅमोर रोडवरच्या बंद असणाऱ्या सर्व्हिस स्टेशनसमोर त्याने गाडी उभी केली. मग तिथल्या फोनबूथवरून मला फोन करून ताबडतोब यायला सांगितलं. आता काय करता येईल आणि त्या माणसाला डॉक्टरची मदत कशी काय मिळवून देता येईल या बाबतीत त्याला मला विचारायचं होतं.

"नंतर तो म्हणाला की, फोन ठेवून तो परत गाडीजवळ गेल्यावर त्याच्या लक्षात आलं की, त्या माणसाचा श्वासोच्छ्वास बंद झाला होता. त्याने त्याच्या मनगटावर बोटं ठेवली. नाडीचे ठोके लागत नव्हते. तो फोन करत असतानाच तो माणूस मरण पावला होता.

"टेड म्हणाला की, त्यामुळे सर्व परिस्थितीच पालटली. त्याने पुन्हा मला फोन करायचा प्रयत्न केला; पण तो माझ्या साहाय्यकाने उचलला आणि मी आधीच निघालो असल्याबद्दल त्याला खात्री दिली."

"आणि काही वेगळं सांगितलं त्याने तुम्हाला?" फॅरीसने विचारले. "त्यानंतर त्याने काय केलं याबद्दल काही बोलला?"

"हो सर."

"काय म्हणाला तो?"

"तो म्हणाला की, आता फक्त मृत माणसाचीच काळजी करायची असल्याने त्याचा प्रश्न सोपा झाला होता. तो मेला होता या धक्क्याने त्याची धुंदी पार उतरली. त्याने त्या माणसाचे खिसे तपासून त्याच्याकडची सर्व कागदपत्रं – त्याची ओळख पटेल अशी प्रत्येक गोष्ट काढून घेतली. त्याचं पैशांचं पाकीटच नव्हे, तर लॉन्ड्रीमार्कवरून कोणी माग काढू नये म्हणून रुमालही घेतला. चाव्यांचा जुडगा, छोटा चाकू सर्व गोष्टी घेतल्या."

"आणि नंतर?"

"त्याने गाडी सिकॅमोर रोडवर घेतली. त्या माणसाचं शव पुढल्या बम्परवर ठेवलं आणि गाडी वेगामध्ये नेऊन अचानक ब्रेक दाबला. शव बम्परवरून घसरलं आणि रस्त्यावरून गडगडत गेलं. मग त्याने मुद्दामहून गाडी त्याच्या डोक्यावरून पुढे नेली, गाडी वळवली आणि मागे आणून पुन्हा डोक्यावरून नेली. त्याने इतक्या वेळा ती डोक्यावरून नेली की, डोक्याचा चेंदामेंदा तर झालाच, पण गोळी मारल्याचं नामोनिशाण राहिलं नाही."

"गोळी डोक्यातच होती याबद्दल काही बोलला तो?"

"त्याने मला सांगितलं की, त्याच्या कल्पनेप्रमाणे गोळी डोक्यामध्ये घुसून

दुसऱ्या बाजूने बाहेर पडली असणार आणि गराजमध्येच कुठेतरी पडली असणार.''

"पुढे बोला.'' फॅरीसने सांगितले.

"त्याने पुढल्या गोष्टी मला सांभाळायला सांगितल्या. मी त्याला सांगितलं की, मला विशेष काही करण्यासारखं नाही. जे करण्यासारखं होतं, ते त्याने आधीच केलं होतं. मला एवढंच वाटतं की, त्याने पोलिसांकडे जाऊन सांगावं की, त्या माणसाने त्याच्यावर प्रथम हल्ला चढवला आणि स्वसंरक्षणार्थ आणि जिवाला घाबरून त्याने प्रतिकार केला.''

"शेवटी काय झालं?''

"मी त्याला सांगितलं की, तू तिथेच थांब आणि मी प्रथम प्रेत कुठे आहे हे बघून येतो. ते कुठे सोडलं होतं, ते त्याने बरोबर सांगितलं.''

"नंतर?''

"मला पोहोचायला जरा उशीरच झाला, असं लक्षात आलं. पोलिसांची एक गाडी तिथे उभी होती. मला वाटलं की, पोलिसांना स्वत:हून काही सांगत बसण्याची जबाबदारी माझ्यावर घेण्यात अर्थ नाही. आता यानंतर काय करायचं होतं, याचा नीट विचारच करायला हवा होता.''

"म्हणजे तुमच्या वरिष्ठांबरोबर चर्चा?'' फॅरीसने विचारले.

"मला विचार करायला वेळ हवा होता.''

"तुम्ही पोलिसांना सर्व सांगायला हवं होतं, हे तुमच्या लक्षात येतं का?''

"हो सर.''

"आणि तुम्ही सांगितलं नाही?''

"नाही सर.''

"का?''

"सर्व अडचणी गाजावाजा न होता निपटून टाकण्यासाठी मला पगार मिळतो. मला हे प्रकरण दाबून टाकायचं नव्हतं. पोलीस दलामधल्या मित्रांना गाठून प्रसिद्धी न मिळवता कशा तऱ्हेने हे पोलिसांना कळवता येईल, हे मला बघायचं होतं. त्या प्रेताजवळ हजर असणाऱ्या पोलीस अधिकाऱ्यांशी मी काही बोललो असतो, तर घटनेला ताबडतोब प्रसिद्धी मिळाली असती आणि त्यांनी आरोपीला उचलून तुरुंगात टाकलं असतं. माझ्यासारखा ट्रबल शूटर अशा तऱ्हेने काम करत नाही.''

"शेवटी केलं काय तुम्ही?''

"मी परत गेलो. टेड बाल्फोरला कपडे बदलायला मदत केली. पायजमा चढवला. त्याला पुन्हा दारू प्यायची होती. मी त्याला मुळीच अडवलं नाही. त्याने सर्व विसरून जावं म्हणून दारू प्यायला प्रोत्साहनच दिलं.''

"आणि नंतर?''

"त्याने प्रेताच्या खिशातून काढलेली कागदपत्रं आणि इतर गोष्टी घेतल्या, आणि माझ्या घरी जाऊन झोपलो."

"नंतर?"

"सकाळी उशिरापर्यंत झोपलो. उठल्यावर कळलं की, पोलिसांनी आधीच आरोपीची चौकशी केली होती. त्याच्या मोटरगाडीचा काहीतरी संबंध होता, हेसुद्धा त्यांना कळलं होतं. गाडीच्या धडकेमुळे चुकून एका माणसाच्या मृत्यूला कारणीभूत झाल्याच्या आरोपावरून ते त्याच्यावर खटला भरणार होते."

"तुम्ही काय केलंत मग?"

"काहीच नाही."

एखाद्या टेलिव्हिजन दिग्दर्शकाने ठरवलेल्या सेकंदाला आपला कार्यक्रम संपवावा त्याप्रमाणे फॅरीसन घड्याळाकडे नजर टाकत म्हणाला, "युअर ऑनर, मला वाटतं दुपारच्या सुट्टीची वेळ झाली आहे. या साक्षीदाराची तपासणी संपली आहे, असं मला वाटतं. तेव्हा आत्ताच सुट्टी घेतली तर बरं पडेल. त्याला विचारण्यासारखा एखादा प्रश्न राहिला आहे की काय याचाही मी मनात विचार करेन."

"एक मिनिट," जज कॅडवेल म्हणाले. "सुट्टी घेण्यापूर्वी कोर्टाला एक प्रश्न विचारायचा आहे. मिस्टर बोल्स, तुम्ही आरोपीकडून कागदपत्रं घेतली असं म्हणालात?"

"हो सर."

"त्या कागदपत्रांचं काय केलं?"

"काही काळ माझ्याकडेच ठेवली."

"आत्ता कुठे आहेत ती?"

"माझ्या माहितीप्रमाणे पेरी मेसनच्या ताब्यात आहेत."

"काय?" खाडकन ताठ बसत जज कॅडवेल उद्गारले.

"हो युअर ऑनर."

"तुम्ही ती कागदपत्रं पेरी मेसनला दिलीत?"

"हो सर."

जज कॅडवेलने रॉजर फॅरीसला विचारले, "या कागदपत्रांबद्दल मिस्टर मेसन यांनी डिस्ट्रिक्ट ॲटर्नींच्या कार्यालयाशी काही संपर्क साधला आहे?"

"नाही युअर ऑनर."

"मिस्टर मेसन यांना तुम्ही ही कागदपत्रं कधी दिली?" जज कॅडवेलने विचारले.

"नक्की तारीख सांगता येत नाही, पण टेड बाल्फोरचं वकीलपत्र त्यांनी घेतल्यानंतर मी ही कागदपत्रं त्यांना दिली आहेत. पहिल्या केसच्या वेळी मॉर्टिमर डीन हाऊलॅन्डने टेड बाल्फोरचं प्रतिनिधित्व केलं होतं."

"तुम्ही मिस्टर हाऊलॅन्डना या कागदपत्रांबद्दल काही बोलला नाहीत?"

"नाही सर."

"मिस्टर मेसन सोडून दुसऱ्या कुणाशीही, कोणत्याही वेळेला तुम्ही ही कागदपत्रं तुमच्याकडे आहेत याबद्दल काही बोलला होतात?"

"नाही सर."

"आणि ती कागदपत्रं तुम्ही मिस्टर मेसन यांना दिलीत?"

"हो सर."

"मिस्टर मेसन!" जज कॅडवेल जरा मोठ्या स्वरात म्हणाला.

"युअर ऑनर?"

"कोर्ट..." जज कॅडवेलचा आवाज एकाएकी खाली आला. "ज्यूरीला रजा देऊन कोर्ट दुपारची सुट्टी घेणार आहे." ते म्हणाले. "दोन्ही बाजूंच्या काऊन्सेलनी बेंचपाशी न्यायासनाजवळ यावं. कोर्ट ज्यूरीला गंभीरपणे सूचना देत आहे की, ही केस शेवटी निर्णयासाठी त्यांच्यावर सोपवली जाईपर्यंत त्यांनी कोणत्याही तऱ्हेचं मत बनवू नये किंवा बोलू नये. ज्यूरर्सनी इतरांशी या केसबद्दल चर्चा करता कामा नये किंवा इतरांना त्यांच्या उपस्थितीत चर्चा करू देऊ नये. कोर्ट आता दोन वाजेपर्यंत सुटी घेत आहे.

"मिस्टर मेसन आणि मिस्टर फॅरीस, प्लीज पुढे येणार का?"

मेसन आणि फॅरीस बेंचजवळ आले. व्यवसायबंधू असणाऱ्या ॲटर्नीला बोलणी खावी लागणार आहेत आणि नाइलाजाने त्याला हजर राहावे लागते आहे; अशा परिस्थितीत जितका चेहरा गंभीर हवा तितका तो गंभीर ठेवायचा फॅरीसचा प्रयत्न होता. ज्यूरर्स कोर्ट रूम सोडेपर्यंत जज कॅडवेल थांबले आणि मग त्यांनी विचारले, "मिस्टर मेसन, हे खरं आहे?"

"मला शंका आहे युअर ऑनर." मेसनने उत्तर दिले.

"काय?" जज कॅडवेलने रागानेच विचारले.

"मला शंका आहे."

"मी कागदपत्रांबद्दल बोलतो आहे."

"काही कागदपत्रं दिली गेली आहेत, हो."

"मिस्टर बोल्सकडून?"

"हो युअर ऑनर."

"ती कागदपत्रं त्यांनी आरोपीकडून घेतली होती किंवा आरोपीने त्याला दिली होती, असं त्याने सांगितलं होतं?"

"नाही सर."

"काय कागदपत्रं होतं ती?"

"इथे आहेत ती युअर ऑनर."

मेसनने एक बंद पाकीट काढून जजच्या हातात ठेवले.

जज कॅंडवेलने पाकीट उघडून ते कागद बघायला सुरुवात केली.

"मिस्टर मेसन, ही फार गंभीर बाब आहे."

"हो युअर ऑनर."

"या पाकिटामधले हे कागद म्हणजे पुरावा आहे. या केसमधला महत्त्वाचा पुरावा ठरू शकतात."

"कशाचा पुरावा?" मेसनने विचारले.

"बोल्सच्या साक्षीला दुजोरा देणारा पुरावा, ही एक गोष्ट." जज कॅंडवेल रागावूनच म्हणाले.

"हे म्हणजे एखाद्या माणसाने मी तीनशे यार्ड अंतरावरून हरणाला मारलं आहे आणि ते विशिष्ट ओक वृक्षाखाली पडलं होतं म्हणण्यासारखं झालं युअर ऑनर. त्याच्यावर विश्वास ठेवला नाही, तर तो त्या ओक वृक्षाकडे बोट दाखवेल आणि त्याची गोष्ट खरी आहे, याचा तोच पुरावा आहे म्हणेल."

"बोल्सच्या साक्षीबद्दल तुम्हाला संशय आहे?"

"खूपच!" मेसन म्हणाला.

"पण हा खूप महत्त्वाचा पुरावा आहे, हे तर तुम्ही नाकबूल करू शकत नाही. तो अधिकृत माणसांच्या हातात असायला हवा होता."

"कशाचा पुरावा युअर ऑनर?"

"हे जॅक्सन ईगनचं ड्रायव्हिंग लायसन्स."

"हो युअर ऑनर."

"ते महत्त्वाचं नाही असं म्हणायचं आहे तुम्हाला?"

"ते का महत्त्वाचं आहे, हे माझ्या लक्षात येत नाही." मेसन म्हणाला.

"ते ओळख पटवू शकतं. त्या प्रेताची ओळख पटवून घेण्याचा पोलिसांनी प्रयत्न केला होता. तो जॅक्सन ईगन असावा, असा केवळ तर्क आहे. नक्की ओळख पटवणारं काही मिळालेलं नाही."

"पण जॅक्सन ईगन मेला आहे. ही केस उभी राहण्यापूर्वी दोन वर्षं आधीच तो मेला आहे."

"तुम्हाला कसं कळलं तो मेला आहे म्हणून?" जज कॅंडवेलने विचारले. "हे सही केलेलं कॉन्ट्रॅक्ट. गाडी भाड्याने घेण्यासाठी केलेलं; बहुधा त्यानेच सही केलेलं. या महत्त्वाच्या गोष्टी नाहीत, असं वाटतं तुम्हाला मिस्टर मेसन?"

"नाही सर."

"त्या पुराव्याच्या गोष्टी आहेत हे कळतं ना तुम्हाला?"

"हो सर."

"या कोर्टाचा अधिकारी, ॲटर्नी ॲट लॉ म्हणून कोणत्याही तऱ्हेचा पुरावा योग्य त्या अधिकाऱ्यांच्या हातात सुपूर्त करणं तुमचं कर्तव्य आहे. जाणीवपूर्वक पुरावा दाबून ठेवणं किंवा लपवणं, हे कायद्याच्या विरोधात तर आहेच, पण ॲटर्नी म्हणून जी कर्तव्यं आहेत, त्यांच्याही विरोधात आहे."

मेसनने जजच्या नजरेला नजर भिडवली. "युअर ऑनर, जर माझ्यावर योग्य तऱ्हेने आरोप दाखल झाला, तर योग्य वेळी आणि योग्य ठिकाणी मी त्याला तोंड द्यायला सिद्ध आहे."

जज कॅडवेलचा चेहरा संतापानेच रंग बदलायला लागला. "तुम्ही सुचवता आहात की, मला हे करण्याचा हक्क नाही म्हणून?"

"मी एवढंच म्हणतो आहे युअर ऑनर की, त्या आरोपाला मी योग्य वेळी आणि योग्य ठिकाणी उत्तर देईन म्हणून."

"ही कोर्टाची बेअदबी ठरते की नाही ते मला माहीत नाही," जज कॅडवेल म्हणाले. "पण तुमच्या व्यावसायिक कर्तव्यात कसूर होते आहे नक्की."

"ते आपलं मत झालं युअर ऑनर." मेसन म्हणाला. "कोर्टाची बेअदबी केल्याबद्दल मला अटक झाली, तर मी हेबिअस कॉर्पसचा अर्ज दाखल करेन. माझ्यावर तुम्ही व्यावसायिक नीतिमत्तेचा भंग केला असा आरोप केला, तर मी योग्य वेळी आणि योग्य ठिकाणी त्याला उत्तर देईन.

"सध्यापुरती माझी कोर्टाला एकच विनंती आहे. आरोपीवर या कोर्टात खटला चालू आहे. त्याचा काऊन्सेल कुठल्याही तऱ्हेच्या व्यावसायिक नीतिमत्तेचा भंग केल्याच्या आरोपांखाली अपराधी आहे, अशी कोर्टाने सूचना दिली, तर ती गोष्ट ज्यूरीच्या दृष्टीने आरोपीच्या विरोधात जाण्याची शक्यता आहे. तेव्हा काऊन्सेलच्या वागणुकीबद्दल कोणतंही मत व्यक्त करणं कोर्टाने टाळावं."

जज कॅडवेलने एकदा मोठा श्वास घेतला. "काऊन्सेलच्या वागण्यामुळे आरोपीविरुद्ध मत कलुषित होणार नाही, याची हे कोर्ट सर्वतोपरी काळजी घेईल. या कोर्टाचा विचार केला, तर तुम्ही कोर्टाच्या आदराला प्राप्त ठरण्याचा सर्व अधिकार गमावून बसला आहात. ॲटर्नी असूनही तुम्ही पुरावा दाबून ठेवला आणि गंभीर अपराधावर पांघरूण घालायचा प्रयत्न केला. बोल्स या साक्षीदाराचा विचार केला, तर निदान नंतर सत्य गोष्टी उघड करून त्याने आपल्या अपराधाचं प्रायश्चित्त घेतलं आहे. तुम्ही तसं काही केलं नाही."

"मी माझ्या अशिलाच्या हक्कांची काळजी घेण्याव्यतिरिक्त दुसरं काहीच केलेलं नाही." मेसन म्हणाला. "मी जास्तीत जास्त चांगल्या तऱ्हेने त्याची काळजी करत राहणार आहे."

"ॲटर्नींच्या कर्तव्यांबद्दलची तुमची कल्पना माझ्या कल्पनांपेक्षा नक्कीच वेगळी आहे." जज कॅडवेल कडाडले. "सध्या मला जास्ती काही बोलायचं नाही. मधल्या सुट्टीत मी विचार करतो. कोर्ट पुन्हा भरलं की, मी काहीतरी कारवाई करण्याचं ठरवेनही."

१८

पेरी मेसन, डेला स्ट्रीट, मॅरिलिन कीथ आणि पॉल ड्रेक एका छोट्याशा रेस्टॉरन्टमधल्या बूथमध्ये बसले होते. कोर्टामध्ये केस असली की, पेरी मेसन याच रेस्टॉरन्टमध्ये जेवायला येत असे.

"मग आपली परिस्थिती नक्की काय आहे पेरी?" पॉल ड्रेकने विचारले.

"फार वाईट. साक्ष खोटी आहे. शपथेवर इतक्या हुशारीने दिलेल्या खोट्या साक्षीला तोंड देण्याची पाळी माझ्यावर कधी आली नव्हती."

"तो हुशार आहे." मॅरिलिन कीथ म्हणाली. "भीती वाटावी इतका कावेबाज आहे आणि ताकदवान आहे."

मेसनने मान डोलावली. "दुसऱ्याचं मन वळवण्याची कला त्याला अवगत आहे. त्याने कायद्याचं शिक्षण घेतलं आहे. मला माहीत असणारी उलट तपासणीची प्रत्येक युक्ती त्याला अवगत आहे. वेगवेगळ्या ठिकाणी वस्तुस्थितीचा आधार असणारी अप्रतिम बनावट कथा त्याने सांगितली आहे. त्याचा शब्द विरुद्ध माझा शब्द असा प्रश्न आहे."

"त्याने पुरावा दाबून ठेवला होता त्याचं काय?"

"तो ते कबूल करतो आहे." मेसन म्हणाला. "त्यामुळे काय होणार? डिस्ट्रिक्ट ॲटर्नी काहीही करणार नाही. त्याने पुरावा डिस्ट्रिक्ट ॲटर्नीला द्यायला हवा होता, एवढंच तो म्हणेल. पुन्हा असं करू नको सांगेल. त्यापेक्षा जास्ती काही घडणार नाही.

"यामुळे आरोपी फार विचित्र अवस्थेत अडकला आहे. फारच हुशारीने बनवलेल्या कथेमुळे ज्यूरीच्या मनात टेड बाल्फोरबद्दल सहानुभूतीही निर्माण झाली आहे. टेड बाल्फोरने साक्ष दिली आणि साधारण तशीच कथा सांगितली, वयाने त्याच्याहून मोठ्या माणसाच्या सल्ल्यावर तो अवलंबून राहिला असं म्हटलं, तर ज्यूरीतले काही सदस्य तरी तो निर्दोष आहे म्हणणार आहेत. सर्वसंमत अशा कुठल्यातरी तडजोडीच्या निर्णयाला ते शेवटी पोहोचतील."

"तू काढलेला मुद्दा किती चांगला आहे? दुसऱ्यांदा खटला भरता येत नाही

वगैरे?'' पॉल ड्रेकने विचारले.

''उत्कृष्ट आहे!'' मेसनने उत्तर दिले. ''योग्य अशा केसमध्ये सुप्रीम कोर्टही तो मान्य करेल.''

''तो *कलेक्टर* दमबाजी करायला आला होता, असा थोडाफार पुरावा जरी हाताला लागला, तर आपली केसही चांगली होईल.'' ड्रेक म्हणाला.

''वाईट गोष्ट म्हणजे ती गोष्ट इतकी संभाव्य आहे की, माझासुद्धा विश्वास बसायला लागला आहे.'' मेसन म्हणाला.

''तुम्ही करू शकाल असं काही आहे का?'' मॅरिलीन कीथने त्याला विचारले.

''माझ्याकडे एक अस्त्र आहे;'' मेसन म्हणाला. ''अत्यंत शक्तिमान असं अस्त्र! पण कधीकधी ते वापरायचं कसं कळत नाही.''

''आणि कुठलं अस्त्र आहे हे?'' डेला स्ट्रीटने विचारले.

''सत्य!'' मेसनने उत्तर दिले.

काही वेळ न बोलता ते खात होते.

''तू त्याची उलटतपासणी घेणार आहेस?'' ड्रेकने विचारले.

''घेणार आहे, पण काही उपयोग होणार नाही.''

''समजा, त्याची गोष्ट खरी असली तर... पुरावा दडवला होता त्याचं काय?''

''मी जज कॅडवेलना सांगितल्याप्रमाणे त्याचा विचार योग्य वेळी करेन.'' मेसन म्हणाला. ''या क्षणी टेड बाल्फोरला वाचवायचा सर्वांत चांगला मार्ग कुठला, याचा विचार करायचा मी प्रयत्न करतो आहे. कोणी काहीही म्हटलं, तरी जॅक्सन ईगनचं ड्रायव्हिंग लायसन्स काहीही सिद्ध करत नाही. त्याच्यावर अंगठ्याचा एक ठसा आहे आणि तो प्रेताच्या अंगठ्याच्या ठशाशी जुळत नाही.'' मेसनने आपल्या खिशामधून दहा बोटांच्या ठशांचा एक संच काढला. ''हे प्रेताच्या बोटांचे ठसे आहेत आणि हा जॅक्सन ईगनच्या ड्रायव्हिंग लायसन्सवरचा अंगठ्याचा ठसा! तुम्हालाच कळेल की, दोन्ही अंगठ्यांच्या ठशांमध्ये काहीही साम्य नाही.''

''जॅक्सन ईगनचं दफन झालं होतं,'' पॉल ड्रेक म्हणाला. ''पण खरंतर कुणीही त्याच्या प्रेताची ओळख पटवली नव्हती. त्याचं शव मेक्सिकोतल्या युकॅटनमधून आलं होतं. तिकडे त्याच्या विधवा पत्नीने ते ओळखलं होतं, असं फक्त ऐकिवात आहे.''

''नक्की काय घडलं होतं?'' मेसनने विचारले.

''ईगन लेखक होता. स्थानिक परिस्थितीच्या अभ्यासासाठी तो ट्रीपवर गेला होता. तो नक्की कसा मेला कुणालाच ठाऊक नाही. हृदयक्रिया बंद पडून किंवा तशाच कुठल्या कारणाने तो मेला असावा. पुराणवस्तू संशोधकांच्या एका गटाला त्याचं प्रेत सापडलं. त्यांनी अधिकाऱ्यांना कळवलं. युकॅटनमधल्या मेरिदा शहरात

त्याचं शव नेण्यात आलं आणि त्याच्या पत्नीला तार करण्यात आली. ओळख पटवण्यासाठी ती विमानाने आली आणि दफन करण्यासाठी शव घरी घेऊन गेली. तशा परिस्थितीत अर्थातच बंद शवपेटीचंच दफन करण्यात आलं.''

मेसन विचार करत म्हणाला, ''समजा, फक्त समजा की, त्याच्या पत्नीला त्याच्यापासून सुटका हवी होती आणि त्याच वेळी विम्याचे थोडेफार पैसेही; अशा वेळी ते प्रेत तिच्या पतीचंच होतं, असं शपथेवर सांगण्याचा मोह पडू शकेल.''

''तेव्हा सगळं पुन्हा अंगठ्याच्या ठशांवर अवलंबून आहे,'' ड्रेक म्हणाला. ''पण गाडी भाड्याने घेण्याच्या करारावरची सही बघितली, तर ती बरोबर जुळते.''

''सह्या जुळतात खरं!'' मेसनने कबूल केले. ''पॉल, ड्रायव्हिंग लायसन्ससाठी गुथ्री बाल्फोरने सही केलेल्या अर्जाचं काय झालं? मिळाला तो?''

''गुथ्री बाल्फोरने ड्रायव्हिंग लायसन्ससाठी केलेल्या अगदी अलीकडल्या अर्जाच्या अधिकृत प्रतीसाठी मी तार केली आहे. ती कधीही मिळेल आता. सकाळी मिळेल अशी आशा वाटत होती. अजूनही खात्री वाटते की, सकाळी उशिरा येणाऱ्या मेलमध्ये प्रत मिळेल. ती मिळताक्षणी माझा एक माणूस ती कोर्टात आणून देईल.''

''मिळू शकेल तितक्या लवकर ती मला हवी आहे.'' मेसनने सांगितले.

''आज दुपारच्या सत्रासाठी काही योजना आखली आहेस तू?'' ड्रेकने विचारले.

मेसनने नकारार्थी मान हलवली. ''मी बेसावध होतो हेच खरं. माझ्यासाठी ते जास्तीत जास्ती कठीण परिस्थिती निर्माण करतील, हे मला अपेक्षित असलं, तरी साक्षीदाराच्या पिंजऱ्यात उभं राहून शपथेवर सरळ सरळ खोटी साक्ष देणाऱ्या कुणाशी संबंध येईल, असा विचारही माझ्या मनात आला नव्हता.

''पॉल, आम्ही ज्या टॅक्सीकॅबमधून गेलो होतो, त्या टॅक्सीकॅबचा नंबर ६४७ होता. त्या कॅबच्या ड्रायव्हरला शोधायचा प्रयत्न कर. मला मदत होईल असं काही त्याच्या लक्षात असेल, असं मला वाटत नाही; पण भेट घेऊन तर बघू. बोल्सला ओळखता आलं नाही, तरी ती घटना त्याला आठवायला हरकत नाही.''

''मी माझ्या माणसांना त्याला शोधून आणायला सांगतो.'' ड्रेक म्हणाला.

''ठीक आहे.'' मेसन म्हणाला. ''मी कोर्टात जातो आणि निर्माण होईल त्या परिस्थितीला तोंड देतो. पूर्वीही अनेकदा धक्के खाल्ले आहेत. थोडे आणखी.''

''नक्की काय घडलं हे फक्त तुम्हालाच ठाऊक आहे.'' डेला स्ट्रीट म्हणाली.''गुथ्री बाल्फोरने ईगनला गोळी घातली. फ्लॉरेन्स इन्गलला टेलिफोन करून त्याने तसं कबूलही केलं.''

''मग याचा उपयोग का नाही करायचा?'' मॅरिलिन कीथने विचारले. ''त्याच आधारावर....''

मेसन हसला आणि त्याने मान हलवली. "शक्य नाही."

"का?"

"गुथ्री बाल्फोरने फोनवर तिला सांगितलं की, त्याने एका माणसाला ठार मारलं आहे. पण तो एक अपघात होता, असं त्याचं म्हणणं होतं. झटापटीत चुकून त्याच्याकडून गोळी सुटली होती."

"मग त्याचा उपयोग नाही करता येत?"

"नाही."

"का?"

"कारण ती ऐकीव माहिती झाली. गुथ्री बाल्फोर हजर असता, तर आपण त्याला साक्षीदाराच्या पिंजऱ्यात उभं करून प्रश्न विचारले असते. त्याने भलतीच गोष्ट सांगितली असती, तर आपण फ्लॉरेन्स इन्गलची साक्ष घेतली असती आणि त्याने तिला जे सांगितलं होतं, ते सांगायला लावलं असतं. त्याच्यावर शपथेवर खोटी साक्ष दिल्याचा आरोप ठेवता आला असता; पण कायद्याप्रमाणे दुसऱ्या कुणीतरी टेलिफोनवर काय सांगितलं, एवढंच फक्त साक्षीदार सांगू शकत नाही."

"पण टेड टेलिफोनवर काय बोलला, ते बोल्सला कसं सांगता आलं?" मॅरिलिनने रागानेच विचारले.

"कारण टेड हा आरोपी आहे." मेसनने सांगितले. "आरोपीच्या विरोधात जाणारं त्याचं कुठलंही विधान तुम्ही दाखवू शकता. आपल्या दुर्दैवाने गुथ्री बाल्फोर हा काही आरोपी नाही. पुरावा सादर करण्याबाबतचे तांत्रिक नियमच आपल्याला हवं आहे ते मिळवण्यात अडथळा ठरत आहेत."

"आणि गुथ्री बाल्फोरचं त्याबाबत काय म्हणणं आहे?" मॅरिलिनने विचारले.

"कुणालाच माहीत नाही." मेसन म्हणाला. "तो आपल्या मुख्य तळाकडे जायला निघाला आहे. तुझ्या माणसांचं काय पॉल? काही कळलं?"

ड्रेकने मान हलवली. "तो अगदी थोडा वेळ चिवावा इथे होता. मग ताराऊमारे कन्ट्रीमध्ये कुठेतरी जाण्यासाठी निघाला. तुला फोन करून तुला भेटण्यासाठी त्याच्या पत्नीला विमानात बसवेपर्यंतच तो चिवावा इथे होता. मग पुन्हा निघाला. मला तर वाटतय पेरी की, त्याचा प्रवास पुराणवस्तू संशोधनाची छोटी मोहीम म्हणून सुरू झाला असला, तरी त्याला आता लपंडावाचं स्वरूप प्राप्त झालं आहे. ही केस संपेपर्यंत त्याचा कुणी शोध लावावा, अशी त्याची इच्छाच नाही. अर्थात त्यालाही दोष देता येत नाही म्हणा. ही एक *हिट-अॅन्ड-रनची* केस आहे, अशीच त्याची समजूत आहे. टेडला विशेष काही होणार नाही, अशीच त्याची भावना आहे – फार तर दंड होईल, नाहीतर तहकूब असलेला दंडादेश."

मेसनने जेवणाचे बिल दिले आणि म्हणाला, "मला वाटतं आता परत जावं

आणि येईल त्या परिस्थितीला तोंड द्यावं. काही वेळा आवडत नसेल, पण सवय आहे आपल्याला त्याची.''

११

दोन वाजता कोर्टाचे कामकाज सुरू झाल्यावर रॉजर फॅरीस म्हणाला, ''मला या साक्षीदाराला आणखी काही प्रश्न विचारायचे नाहीत. मिस्टर मेसन उलटतपासणी घेऊ शकतात.''

''थोड्या काळापूर्वी तुम्ही मला माझ्या ऑफिसमध्ये फोन केला होतात, ते आठवतं मिस्टर बोल्स?'' मेसनने विचारले.

''बरोबर आठवतं.'' बोल्स सभ्यपणे म्हणाला.

''तुम्ही माझ्या ऑफिसमध्ये येऊन म्हणालात की, तुम्हाला काही सांगायचं आहे.''

''हो सर.''

''मी म्हटलं की, माझ्याशी ऑफिसमध्येच बोला, तर तुम्ही म्हणालात की, ऑफिसमध्ये बोलणं तुम्हाला विशेष पसंत नाही.''

''हो सर. बरोबर.''

''म्हणून आपण बाहेर पडलो आणि एका टॅक्सीकॅबमध्ये बसून फिरलो.''

''हो सर.''

''तुम्हाला आठवतं ते?''

''नक्कीच सर! मला चांगलं आठवतं. एवढंच नाही, तर उलटतपासणीच्या वेळी तुम्ही माझा गोंधळ उडवायचा प्रयत्न केला किंवा मी तुम्हाला कागदपत्रं दिली होती, हेच तुम्ही नाकारलंत, तर ड्रायव्हरला विचारता यावं म्हणून मी त्या टॅक्सीकॅबचा नंबर टिपून ठेवायचीही काळजी घेतली आहे.''

''आपण टॅक्सीकॅबमध्ये बसलो असताना तुम्ही कागदपत्रं मला दिली होतीत?''

''बरोबर.''

''आणि देताना तुम्ही मला काय सांगितलं होतं?''

''तीच कथा, जी आज मी साक्षीदार म्हणून सांगितली.''

''त्या वेळी तुम्ही मला सांगितलं नव्हतं की, गुथ्री बाल्फोरने तुम्हाला सांगितलं की, *त्याने* गोळी मारली होती आणि मेलेला माणूस स्लीपी हॉलो मोटेलमधला कुणीतरी होता म्हणून?''

बोल्सने अत्यंत अविश्वासाने मेसनकडे बघितले आणि विचारले, ''*मी* तुम्हाला

तसं सांगितलं होतं?''

''नव्हतं सांगितलं?''

''अरे देवा! अजिबात नाही. मूर्खासारखे बोलू नका मिस्टर मेसन. मी कशासाठी तुम्हाला तसं सांगावं? गुथ्री बाल्फोर तर... गुथ्री बाल्फोर मेक्सिकोला निघाले होते. मी स्वत: त्यांना स्टेशनवर सोडून आलो होतो.''

''आणि कंपनीचं विमान? नंतर मला वाटतं ते फिनिक्समधून परत आणलं होतं ना?''

''फिनिक्स का टस्कन मला वाटतं;'' बोल्स म्हणाला. ''पण ते नंतर कधीतरी. मला वाटतं, कंपनीमधला एक जण महत्त्वाच्या कामासाठी तिथे विमानाने गेला होता, पण परत येताना त्याने प्रवासी विमान-वाहतुकीचं विमान पकडलं आणि कंपनीचं विमान तिथेच सोडून दिलं. माहीत नाही; पण तुम्हाला कळून घ्यायचंच असेल, तर मी रेकॉर्ड बघू शकतो. माझी खात्री आहे की, कंपनीचं रेकॉर्ड तसंच दाखवत असेल.''

''अर्थातच!'' मेसन मख्खपणे म्हणाला.

क्षणभर शांतता पसरली.

''एकोणीस किंवा वीस तारखेच्या संध्याकाळी तुम्ही स्लीपी हॉलो मोटेलमध्ये गेला होतात?'' मेसनने विचारले.

बोल्सने नकारार्थी मान हलवली. ''मोटेलच्या जवळपासदेखील गेलो नव्हतो. चावीचा माग घेत पोलीसच तिथे पोहोचेपर्यंत मला वाटतं स्लीपी हॉलो मोटेल इथे सोडलेल्या गाडीबद्दल कुणाला काही ठाऊक नव्हतं. मला त्या गोष्टींबद्दल काही माहिती नाही. मला वाटतं, पोलीस तुम्हाला सांगू शकतील.''

''गुथ्री बाल्फोरना शेवटचं कधी बघितलं तुम्ही?'' मेसनने विचारले.

''त्यांनी आर्केड स्टेशनवर गाडी पकडली तेव्हा.''

''आणि त्यानंतर तुम्ही त्यांना बघितलेलं नाही?''

''नाही सर.''

''किंवा त्यांच्याकडून ऐकलंही नाही?''

''हो सर, त्यांच्याकडून ऐकलं आहे.''

''कधी?''

''मला वाटतं, मिस्टर बाल्फोरवर पहिल्या ज्यूरीसमोर प्रथम ट्रायल सुरू झाली तोच दिवस असावा; पण मला पूर्ण खात्री नाही. मिस्टर गुथ्री डोंगराळ भागात कुठेतरी पोहोचले होते. गरजेच्या वस्तू घेण्यासाठी थोडासाच वेळ आले आणि त्यांना अटकेबद्दल कळलं. त्यांनी मला फोन करून सांगितलं की, ते नुकतंच तुमच्याबरोबर बोलले होते आणि त्यांची पत्नी तुम्हाला भेटायला विमानाने निघणार होती.''

साक्षीदार इतक्या सरळपणे बोलत होता की, त्याच्या प्रत्येक शब्दावर कुणाचाही विश्वास बसला असता.

"तुम्ही त्यांचा आवाज ओळखला?"

"अर्थातच!"

"सध्यापुरतं एवढंच!" मेसन म्हणाला. "एखादे वेळी या साक्षीदाराला मी पुन्हा बोलवेन."

जज कॅडवेलने साक्षीदाराला खाली जायला सांगून प्रॉसिक्यूटरला त्यांचा पुढला साक्षीदार बोलवायला सांगितले.

"फ्लॉरेन्स इन्गल!" प्रॉसिक्यूटरने मोठ्याने आवाज दिला.

फ्लॉरेन्स इन्गल पुढे झाली. शपथ दिल्यावर तिने आपले नाव आणि पत्ता सांगितला.

"बचाव पक्षाचे साक्षीदार म्हणून तुमच्यावर समन्स बजावण्यात आलं आहे?"

"हो सर."

"एकोणीस सप्टेंबरच्या संध्याकाळी तुम्ही आरोपीला बघितलं होतं?"

"हो." ती हळू आवाजात उद्गारली.

"तो कशा स्थितीत होता?"

"केव्हा?"

"जेव्हा तुम्ही त्याला शेवटचं बघितलं तेव्हा."

"मी त्याला शेवटचं बघितलं तेव्हा तो दारूच पीत होता."

"तो कर्जात बुडाला आहे, याबद्दल त्या वेळी त्याने तुम्हाला काही सांगितलं होतं?"

"हो सर. एकोणीस सप्टेंबरलाच; पण जरा आधी."

"त्या वेळी काय बोलणं झालं होतं, प्लीज? पण त्या वेळी घरी कोण होतं, हे प्रथम विचारतो."

"घरामध्ये बरीच माणसं होती, पण आम्ही बोलत होतो त्या वेळी जवळ कोणी नव्हतं. म्हणजे आमचं संभाषण ऐकता येईल अशा ठिकाणी कोणी नव्हतं."

"फक्त तुम्ही दोघंच होतात?"

"हो सर."

"आणि त्याने काय सांगितलं तुम्हाला?"

"त्याने विचारलं की, त्याला वीस हजार डॉलर्स कर्जाऊ मिळतील का. त्याला जुगारामुळे हे कर्ज झालं होतं आणि त्या लोकांनी फोन करून त्याला धमकी दिली होती की, पैसे ताबडतोब दिले नाहीत, तर ते त्यांच्या *कलेक्टरला* वसुलीसाठी पाठवतील."

"*कलेक्टरबद्दल* तो काही बोलला?"

"तो म्हणाला की, पहिल्या वेळी ते फार मारहाण करतात आणि कधीकधी उचलून घेऊन जातात आणि तो माणूस कायमचा नाहीसा होतो. जुगारातले पैसे फेडले नाहीत, तर ते कुणालाही हाणतात म्हणे."

"*कलेक्टरने* त्याला मारहाण करायचा प्रयत्न केला, तर तो काय करेल याबद्दल त्याने काही सांगितलं होतं?"

"तो म्हणाला होता की, तो स्वत:चं रक्षण करेल."

"कसं करणार याबद्दल काही बोलला?"

"तो म्हणाला पिस्तुलाने करेल."

"तुम्ही उलटतपासणी घेऊ शकता." फॅरीस मेसनला म्हणाला.

"त्या दिवशी आरोपीचा काका गुथ्री बाल्फोर याच्याशी तुमचं काही बोलणं झालं होतं?" मेसनने विचारले.

"या प्रश्नाला माझा आक्षेप आहे. तो कायद्याला सोडून, असंबद्ध आणि अनावश्यक आहे. अत्यंत अयोग्य पद्धतीने होणारी उलटतपासणी."

"मला त्या प्रश्नाचं उत्तर मिळायला हवं युअर ऑनर. मला वाटतं की, तुटक तुटक असा विचार करण्याऐवजी एक संलग्न प्रकरण म्हणून त्याकडे बघण्यात यावं."

"मी याच्याशी सहमत नाही." फॅरीस म्हणाला. "या केसमधल्या आरोपीशी त्यांचं काय बोलणं झालं, हे मिस्टर मेसन यांनी विचारलं, तर आमचा आक्षेप नाही. साक्षीच्या दरम्यान विचारल्या गेलेल्या प्रश्नांच्या संदर्भात मिस्टर मेसन यांनी काहीही विचारलं, तरी आमचा विरोध नाही; पण आरोपी हजर नसताना त्याच्या काकांशी त्यांचं काही बोलणं झालं असलं, तर पुराव्यादाखल ते घेण्यास आमची मुळीच परवानगी नाही. आमच्या या केसच्या संदर्भातल्या बाबींशी त्यांच्या बोलण्याचा काही संबंधही नसेल.

"तसं काही बोलणं झालं असलं आणि त्याचा तसा संबंध असला, तर तो आरोपीच्या बचावाचा एक भाग ठरतो. बचाव पक्षाची साक्षीदार म्हणून यांच्यावर समन्स बजावण्यात आलं आहे. त्यांना साक्षीदार म्हणून बोलावल्यावर गुथ्री बाल्फोरशी झालेल्या संभाषणाबद्दल काऊन्सेल खोदून खोदून चौकशी करू शकतो. त्या वेळीसुद्धा आरोपीच्या गैरहजेरीत झालेल्या किंवा या केसशी संबंध नसलेल्या कुठल्याही संभाषणाबद्दल आम्ही निश्चित आक्षेप घेऊ.

"याच पद्धतीने कोणताही मुद्दा सिद्ध करायचा असेल, तर साक्षीदाराला शपथ देण्यातसुद्धा अर्थ नाही. कोणीही साक्षीदाराच्या पिंजऱ्यात उभं राहावं आणि शपथ दिली नसलेल्या कोणत्यातरी व्यक्तीशी झालेल्या संभाषणाबद्दल सांगावं."

"मला वाटतं, हे म्हणणं बरोबर आहे मिस्टर मेसन." जज कॅडवेल म्हणाले. "कोर्टाची अत्यंत न्यायाने आणि नि:पक्षपातीपणाने वागायची इच्छा आहे. केसशी संबंध

नसलेल्या कोणत्यातरी व्यक्तीबरोबर झालेल्या संभाषणाचा पुराव्यासाठी उपयोग आहे, असं दाखवता येणार नाही. तशा तऱ्हेचा प्रश्नही विचारला जाऊ नये. ज्या बोलण्याबद्दल शपथेवर साक्ष दिली गेली आहे, त्याबद्दल कितीही खोलवर जाऊन उलटतपासणी केली तरी कोर्टाची ना नाही. सरकारी पक्षाचा आक्षेप कोर्टाला मान्य आहे.''

''आम्हाला आणखी काही प्रश्न विचारायचे नाहीत.'' मेसन म्हणाला.

''आमची पुढली साक्षीदार आहे, मिसेस गुथ्री बाल्फोर.'' फॅरीसने सांगितले.

ती चालत पुढे येत असताना बारजवळ जाऊन पॉल ड्रेकने मेसनचे लक्ष वेधले. मेसनच्या हातात एक कागद ठेवत तो कुजबुजला, ''ही गुथ्री बाल्फोरच्या ड्रायव्हिंग लायसन्ससाठी केलेल्या अर्जाची सर्टिफाइड फोटोस्टॅटिक कॉपी आहे.''

मेसनने मान डोलावली. कागदावर नजर टाकली; दुसऱ्यांदा पुन्हा नीट तो बघितला आणि घडी घालून ठेवून दिला.

डोर्ला बाल्फोरची ज्यूरीवर चांगलीच छाप पडत होती. सडपातळ शरीरयष्टी, भावुक तपकिरी डोळे, परिस्थितीला अनुरूप अशी सभ्य आणि शांत वागणूक, तरीही सहजपणे लक्षात येणारा सळसळता उत्साह यामुळे पहिल्या क्षणापासून ज्यूरर्सना ती आवडली होती.

कोर्ट रिपोर्टरला आपले नाव आणि पत्ता सांगून ती स्वत:ला सावरत साक्षीदाराच्या खुर्चीत बसली. डोळे वर करून तिने डिस्ट्रिक्ट ॲटर्नीकडे बघितले, मग ज्यूरीकडे आणि विजयाने नजर खाली करून बसली.

तेवढ्यात कोर्टामध्ये थोडी गडबड उडाली. मोठ्या अस्वलासारखा दिसणारा डिस्ट्रिक्ट ॲटर्नी हॅमिल्टन बर्जर मोठ्या मोठ्या टांगा टाकत कोर्टरूममध्ये शिरला होता.

त्याच्या खूश असणाऱ्या चेहऱ्यावर दृष्टिक्षेप टाकताच लक्षात येत होते की, या केसमध्ये पेरी मेसन बिकट अवस्थेत सापडला होता, ही बातमी त्याच्या कानावर पोहोचली होती आणि त्याच्या पराभवाच्या क्षणी हजर राहण्याच्या हेतूनेच तो कोर्टामध्ये आला होता.

आजपर्यंत अनेक वेळा अत्यंत कठीण परिस्थितीमधून आश्चर्यकारक कल्पकतेने आणि चातुर्याने मेसन बाहेर पडलेला त्याने बघितला होता. आज कोर्टामध्ये येण्यापूर्वी मेसनच्या सर्व युक्त्याप्रयुक्त्या वापरून झाल्या होत्या, याची त्याने खात्री करून घेतली होती. डोर्ला बाल्फोर ही शेवटची साक्षीदार होती, हे सर्वांनाच स्पष्टपणे दिसत होते. त्यानंतर मेसनला निर्णय घेणे भाग होते. त्याने आरोपीला साक्षीदाराच्या पिंजऱ्यात उभे केले असते किंवा नसते. त्याने आरोपीची साक्ष काढली असती आणि त्याची कथा बॅनर बोल्सच्या कथेबरोबर मिळतीजुळती असली असती, तर आरोपीला स्वसंरक्षण सिद्ध करण्याची संधी होती. तसे घडले असते, तर पेशाला न शोभणारी वर्तणूक केल्याचा आणि बोल्सने दिलेला पुरावा दाबून

ठेवल्याचा डाग मेसनवर लागणार होता. आरोपीची कथा बोल्सच्या कथेपेक्षा वेगळी निघाली असती, तर ज्यूरीचा त्याच्यावर विश्वास बसण्याची शक्यता जवळजवळ नव्हती.

आपल्या चीफवर छाप पाडायच्या तयारीनेच फॅरीसने बोलायला सुरुवात केली. "मिसेस बाल्फोर, या वर्षीच्या एकोणीस सप्टेंबरची संध्याकाळ तुम्हाला आठवते?"

"चांगली आठवते."

"त्या दिवशी आरोपीबरोबर तुमचं काही बोलणं झालं होतं?"

"हो सर."

"केव्हा?"

"संध्याकाळी."

"कुठे?"

"मिसेस इन्गलने माझ्या पतीसाठी पार्टी दिली होती तिथे."

"निरोपादाखल दिलेली पार्टी, असं त्या पार्टीचं स्वरूप होतं?"

"हो सर."

"त्याच दिवशी रात्री तुमच्या नवऱ्याने आगगाडी पकडली?"

"हो सर."

"तुम्ही त्यांच्याबरोबर गेला होतात?"

"हो सर. मी त्याच्याबरोबर पासादेनापर्यंत जायचं, असं आधी ठरलं होतं; पण शेवटच्या क्षणी मी त्याच्याबरोबर राहावं, असं त्याने सांगितलं."

"ते जाऊ दे. मी फक्त तुमच्या बोलण्याची वेळ आणि स्थळ ठरवण्याचा प्रयत्न करतो आहे. त्या वेळी कोणकोण हजर होतं?"

"आरोपीबरोबर बोलण्याच्या वेळी?"

"हो."

"फक्त तो आणि मीच हजर होतो. म्हणजे त्या वेळी आमच्याबरोबर इतर लोकही होते; पण मग तो मला एका बाजूला घेऊन गेला."

"आणि काय सांगितलं त्याने तुम्हाला?"

"तो म्हणाला की, जुगारामध्ये त्याला कर्ज झालं होतं आणि ते कर्ज वेळेत न फेडून त्याला चालणारच नाही. त्याला धमकी मिळाली होती. तो म्हणाले की, *कलेक्टर* त्याच्याकडे येणार होता. गुंडच असतो तो! त्याने प्रथम त्याला फक्त मारहाण केली असती आणि नंतर... छे, त्याला थोड्या तरी *पैशांची सोय करावीच लागणार होती.*"

"त्याने तुमच्याकडे पैसे मागितले होते?"

"माझ्याकडे नाही, पण त्याने विचारलं की, आगगाडीमधून प्रवास करत

असताना मी त्याच्या वतीने माझ्या पतीशी रदबदली करून त्याच्याकडून त्याला वीस हजार डॉलर्स मिळवून देऊ शकेन का म्हणून.''

''तुम्ही चौकशी करू शकता.'' फॅरीस मेसनला म्हणाला.

''मग तुम्ही तुमच्या पतीकडे रदबदली केलीत?'' मेसनने विचारले.

''त्या वेळी नाही केली, पण नंतर केली.''

''नंतर म्हणजे कधी? ''

''मिस्टर मेसन, तुम्हाला कळलं आहे की, मी पासादेनाला गाडीमधून उतरणार होते; पण मग गुथ्रीने शेवटपर्यंत त्याच्याबरोबर यायला मला सांगितलं. तो अस्वस्थ झाला होता, काहीतरी वाईट घडणार असं त्याच्या मनाने घेतलं होतं म्हणून मी त्याला त्याच्याबरोबर जायला हवं होतं.''

''आणि तुम्ही गेलात?''

''आक्षेप! कायद्याला सोडून, असंबद्ध आणि अनावश्यक प्रश्न. ही उलटतपासणी कायद्याला धरून नाही. ज्या संभाषणाबद्दल साक्षीदाराने साक्ष दिली आहे, त्याच्याशी या प्रश्नाचा काही संबंध नाही. त्या बोलण्याच्या संदर्भात मिस्टर मेसन यांनी कुठलेही प्रश्न विचारायला आमची ना नाही, पण त्यानंतर साक्षीदार आणि त्यांचा पती यांच्यात जे काही बोलणं झालं असेल, त्याबद्दलची चौकशी कायद्याला सोडून आणि असंबद्ध ठरेल. ती ऐकीव माहिती आहे. आमचा या प्रश्नाला आक्षेप आहे.''

''आक्षेप मान्य!'' जज कॅडवेल म्हणाले.

''तुम्ही पासादेनाला आगगाडीतून उतरला नाहीत का?''

''आक्षेप! प्रश्न कायद्याला सोडून, असंबद्ध आणि अनावश्यक आहे. ही उलटतपासणी कायद्याला सोडून आहे.''

''मी हा प्रश्न विचारायला परवानगी देणार आहे.'' जज कॅडवेल म्हणाले. ''बचाव पक्षाला खोलात जाऊन उलटतपासणी करायला मी पूर्ण संधी देणार आहे. साक्षीदाराने पतीला काय सांगितलं हा एक प्रश्न झाला, पण त्या बोलण्याच्या संदर्भातल्या कुठल्याही परिस्थितीबद्दल प्रश्न विचारायला मला हरकत दिसत नाही. साक्षीदाराने प्रश्नाचं उत्तर द्यावं.''

''नाही.'' ती म्हणाली.

''त्या संध्याकाळी तुम्ही स्लीपी हॉलो मोटेलमध्ये गेला नव्हतात?''

''बघितलंत युअर ऑनर?'' रॉजर फॅरीस नाखुशी दाखवत म्हणाला. ''या केसमधल्या मुख्य प्रश्नांबाबत गोंधळ घालण्याचा हा सरळ सरळ प्रयत्न आहे. हा या साक्षीदारावर हल्ला करायचा प्रयत्न आहे. त्यांनी काय केलं यामुळे काही फरक पडत नाही. त्यांनी फक्त झालेल्या बोलण्याबाबत साक्ष दिली आहे.''

''त्या आपल्या पतीबरोबर आगगाडीने गेल्या होत्या, अशी त्यांनी साक्ष दिली

आहे.'' जज कॅडवेल म्हणाले. ''मला वाटतं, या प्रश्नाच्या उत्तराला मी परवानगी देईन.''

''तुम्ही स्लीपी हॉलो मोटेलमध्ये गेला होतात?''

''मुळीच नाही!'' ती संतापाने म्हणाली. ''आणि असा प्रश्न विचारायचा तुम्हाला अधिकार नाही मिस्टर मेसन. मी तसं काही केलं नव्हतं, हे तुम्हालासुद्धा बरोबर माहीत आहे.''

''चिवावाहून तुमच्या नवऱ्याने मला फोन केला होता, हा प्रसंग तुम्हाला आठवतो?''

''नक्की आठवतो.'' तिने उत्तर दिले.

''त्या वेळी तुम्ही त्याच्याबरोबर होतात?''

''हो.''

''आणि त्यानंतर तुम्ही चिवावाहून परत आलात?''

''हो.''

''त्या वेळी आरोपीवर सदोष मनुष्यवधाच्या आरोपाखाली ट्रायल चालू होती?''

''तो ट्रायलनंतरचा दिवस होता. म्हणजे ट्रायलचाच दिवस होता, पण ट्रायल संपली होती.''

''आणि तुम्ही चिवावाहून विमान पकडलंत?''

''चार्टर केलेल्या विमानाने चिवावाहून मी एल-पासोला आले. तिथून विमान पकडून मी इथे आले. हो.''

''आणि दुसऱ्या दिवशी सकाळी तुम्ही माझी भेट घेतलीत?''

''हो.''

''आणि तुमच्या नवऱ्याने फोन केला तेव्हा तुम्ही त्याच्याबरोबर होतात?''

''बघा युअर ऑनर,'' फॅरीस म्हणाला. ''झालं याचं गुऱ्हाळ सुरू. उलटतपासणीच्या वेळी एक दरवाजा उघडू दिला की, असा दुष्परिणाम होतो. काऊन्सेलला नक्की काय सिद्ध करायचं आहे, मला माहीत नाही. मला एवढंच कळतं की या केसमधले प्रश्न सत्याशी निगडित असावेत. ही उलट तपासणी अयोग्य आहे, या कारणास्तव माझा या प्रश्नाला आक्षेप आहे. प्रश्न असंबद्ध, कायद्याला सोडून आणि अनावश्यक आहे.''

''मी या एकाच प्रश्नाच्या उत्तराला परवानगी देणार आहे.'' जज कॅडवेल म्हणाले. ''ही उलट तपासणी भरकटत चालली आहे, असं मलाही वाटायला लागलं आहे; पण साक्षीदार पूर्वग्रहदूषित आहे हे दाखवण्याशी या प्रश्नाचा संबंध असावा.''

''तर मिसेस बाल्फोर, प्रश्न असा आहे की, त्या दिवशी तुमच्या नवऱ्याने मिस्टर मेसन यांना फोन केला तेव्हा तुम्ही तुमच्या नवऱ्याबरोबर होतात का?''

"होते. हो सर."

"आणि नंतर त्याने बॅनर बोल्सला फोन केला तेव्हाही तुम्ही त्यांच्याबरोबर होतात का?"

"फक्त एकाच अटीवर मी या प्रश्नाला आक्षेप घेणार नाही. या प्रश्नाचं उत्तर दिल्यावर त्या अनुषंगाने भलत्याच असंबद्ध प्रश्नांची मालिका सुरू करण्याचा काऊन्सेलला काही अधिकार असता कामा नये."

"कोर्टाचंही तेच मत आहे. भलत्याच प्रश्नांची मालिका खूप लांबत चालली आहे, पण उलटतपासणीची पूर्ण संधी बचाव पक्षाला द्यायची कोर्टाची इच्छा आहे. मिसेस बाल्फोर, प्रश्नाचं उत्तर द्या. बॅनर बोल्सला तुमच्या नवऱ्याने फोन केला तेव्हा तुम्ही नवऱ्याबरोबर होता का?"

"हो सर."

मेसन अचानक उभा राहिला आणि म्हणाला, "तसं असेल मिसेस बाल्फोर, तर आपण ज्यूरीकडे वळायचे कष्ट घेऊन समजवायला हरकत नाही की, आगगाडीने एका प्रेताबरोबर एल-पासोपर्यंत प्रवास करून, चिवावा इथे काही काळ प्रेताबरोबर काढून त्याने बॅनर बोल्स याला फोन करताना तुम्ही त्यांच्याबरोबर कशा काय होतात?"

मती गुंग झालेल्या रॉजर फॅरीसला आक्षेप उपस्थित करायचे सुचायच्या आत तिने खाडकन विचारले, "तुम्ही काय भलतंच बडबडता आहात?"

"साध्या शब्दात सांगतो." मेसन म्हणाला. त्याने हातामधल्या कागदाची घडी उघडली. "तुमचा पती गुथ्री बाल्फोर याच्या ड्रायव्हिंग लायसन्सच्या अर्जाच्या सर्टिफाइड कॉपीवरच्या त्याच्या उजव्या हाताच्या अंगठ्याचा ठसा कॉरोनरच्या रेकॉर्डवरून घेतलेल्या मृत माणसाच्या उजव्या हाताच्या अंगठ्याच्या ठशाशी तंतोतंत जुळतो. ज्या माणसाच्या डोक्यात गोळी मारलेली आढळली होती, जो माणूस *हिट-ॲन्ड-रन* अपघाताचा बळी समजला जात होता, तो माणूस तुमचा पती गुथ्री बाल्फोर आहे. तर आता तुम्ही एखादे वेळी समजावून सांगू शकला की, मेलेल्या माणसाबरोबर तुम्ही कसा काय वेळ काढला होतात?"

"शक्यच नाही हे." ती जोराने म्हणाली. "मी माझ्या पतीबरोबर होते. मी...."

"तो अंगठ्याचा ठसा बघू दे मला," जज कॅडवेल म्हणाले.

मेसनने तो त्यांच्या हातात ठेवला.

"आणि पुराव्यासाठी दाखल करण्यात आलेले मृत माणसाच्या हातांचे ठसे बघू जरा."

बराच वेळ जज कॅडवेल दोन्ही ठशांची तुलना करत होते.

"प्रॉसिक्यूशनला या पुराव्याकडे बघायला आवडेल?" जज कॅडवेलने विचारले.

"नाही युअर ऑनर." हॅमिल्टन बर्जर हसत म्हणाला, "काऊन्सेलच्या या

युक्त्याप्रयुक्त्यांचा आम्हाला खूप अनुभव आहे. या नाटकीपणाचा आमच्यावर काहीही परिणाम होणार नाही.''

''मला वाटतं, या वेळी तरी परिणाम व्हायला हवा.'' जज कॅडवेलनी सांगितले. ''दाखल केलेल्या पुराव्यात चूक झालेली नसेल, तर दोन्ही ठसे एकाच माणसाचे दिसतात.''

''तर मग दाखल केलेल्या पुराव्यात काहीतरी गडबड केलेली दिसते.'' हॅमिल्टन बर्जर म्हणाला.

''परवानगी असेल, तर कोर्टाला मी सांगू इच्छितो की, स्लीपी हॉलो मोटेलच्या रेकॉर्डवर असलेल्या काही सह्यांनीसुद्धा माझं लक्ष वेधून घेतलं आहे. त्यांच्या फोटोस्टॅट प्रती माझ्याकडे आहेत. त्यातली एक सही, जॅक्सन ईगनची सही, उघड उघड जॅक्सन ईगनच्या ड्रायव्हिंग लायसन्सवर असलेल्या सहीसारखीच वाटते; पण जॅक्सन ईगन म्हणून सही केलेल्या माणसाचं हस्ताक्षर आणि बॅनर बोल्सचं हस्ताक्षर...हस्ताक्षर तज्ज्ञाकडून ताडून बघण्यासाठी मला थोडा वेळ हवा आहे. एकोणीस सप्टेंबरच्या रात्री खरोखर काय घडलं असावं याचा अंदाज मला यायला लागला आहे.''

''एक मिनिट, एक मिनिट,'' हॅमिल्टन बर्जर ओरडला. ''काऊन्सेलच्या अशा कोणत्याही विधानाला माझा आक्षेप आहे, कोणत्याही विनंतीला आक्षेप आहे. ज्यूरीसमोर असं कोणतंही विधान करायलाही कोर्टाने परवानगी देण्याला आक्षेप आहे. मी काऊन्सेलवर गैरवर्तणुकीचा आरोप करतो आहे. ज्यूरीला तशी ताकीद देण्यात यावी अशी माझी कोर्टाला विनंती आहे.''

आ वासून बघत असणाऱ्या ज्यूरर्सकडे बघून कॅडवेल म्हणाले, ''दोन्ही बाजूंच्या काऊन्सेलसच्या बोलण्याचा परिणाम ज्यूरीने करून घेऊ नये. कोर्ट स्वतःहूनच काही रेकॉर्ड तपासण्यासाठी एक तासाची सुटी घेणार आहे. गुथ्री बाल्फोरच्या ड्रायव्हिंग लायसन्सच्या अर्जावरचा अंगठ्याचा ठसा आणि मृत माणसाच्या उजव्या हाताच्या अंगठ्याचा ठसा यात असलेल्या वादातीत साम्यामुळे विशेष योग्यता असणाऱ्या तज्ज्ञांचं मत घ्यायला मी उत्सुक आहे. कोर्ट आता एक तासाची सुट्टी जाहीर करत आहे. त्या काळात ज्यूरर्सनी या केसबद्दल आपापसात चर्चा करू नये, दुसऱ्या कुणाशीही या केसबद्दल बोलू नये, कुठल्याही तऱ्हेचं मत बनवू नये की सांगू नये.''

जज कॅडवेलनी आपला लाकडी हातोडा टेबलावर आपटला आणि ते उभे राहिले. ''दोन्ही बाजूच्या काऊन्सेलना मला माझ्या चेंबरमध्ये भेटायची माझी इच्छा आहे.''

२०

जज कॅडवेलच्या चेंबरमध्ये पोहोचल्यावर संतापलेला हॅमिल्टन बर्जर थयथयाट करत म्हणाला, "मला प्रथम शोधायचं आहे, पेरी मेसनने पुरावा न देता दडवून का ठेवला ते."

"आणि *मला* मिस्टर मेसन यांचा या केसमध्ये काय घडलं याबद्दलचा जो तर्क आहे, तो जाणून घ्यायचा आहे." जज कॅडवेल म्हणाले.

"आपल्या मताचा आदर करूनही मी म्हणेन की, मेसनचं स्पष्टीकरण प्रथम मिळवायला हवं. स्वत:वरचा कलंक धुऊन काढेपर्यंत त्याला इथे मान वर करून उभं राहायचाही अधिकार नाही."

"तुमच्या मताची कदर करून मीही तुमच्या लक्षात आणून देतो की, ही खुनाची केस आहे. अंगठ्यांच्या ठशांच्या बाबतीत जो काही आश्चर्यकारक पुरावा समोर आला आहे, त्याच्याबद्दल मिस्टर मेसन यांच्याकडे काहीतरी तर्कसंगत स्पष्टीकरण आहे. मला ते प्रथम ऐकायचं आहे."

मेसनला भानगडीत अडकवण्याच्या योजना बारगळल्याने वैतागलेल्या डिस्ट्रिक्ट ॲटर्नीकडे हसून बघत मेसन म्हणाला, "मला वाटतं, आता सर्व गोष्टी अगदी सरळ आहेत युअर ऑनर. स्लीपी हॉलो मोटेलजवळ सोडून दिलेली भाड्याची गाडी बहुधा जॅक्सन ईगन यानेच भाड्याने घेतली आहे; पण रेकॉर्ड्सप्रमाणे जॅक्सन ईगन दोन वर्षांपूर्वीच मरण पावला आहे.

"ती गाडी खरंतर बॅनर बोल्स याने भाड्याने घेतली होती. जॅक्सन ईगनचं प्रेत सापडलं तेव्हा बोल्स नक्की मेक्सिकोमध्ये असला पाहिजे. त्याने जॅक्सन ईगनची कागदपत्रं ताब्यात घेतली. जॅक्सन ईगनला आता त्याच्या ड्रायव्हिंग लायसन्सची काही गरज नव्हती. बोल्सला कळलं होतं की, ईगनची शरीरयष्टी साधारणत: त्याच्यासारखीच होती. क्वचित प्रसंगी स्वत:चं नाव वापरण्याची इच्छा नाही अशा तऱ्हेच्या कामात गुंतला असताना किंवा स्त्रियांच्या मागे असताना तो स्वत:ची ओळख पटवण्यासाठी ईगनचं ड्रायव्हिंग लायसन्स वापरून गाडी भाड्याने घेत असे. त्यानंतर तो खरा कोण आहे, याचा तपास करायला इतरांकडे काही राहत नसे.

"गुथ्री बाल्फोरचं फ्लॉरेन्स इन्गलबरोबर झालेलं बोलणं मांडायची मला परवानगी मिळाली असती, तर स्वत:च्या पत्नीचा पाठलाग करण्यासाठी गुथ्री बाल्फोरही आगगाडीतून उतरला होता, हे मी सिद्ध केलं असतं; पण पुरावे सादर करण्याच्या नियमांमुळे हे अशक्य होतं. मी ते कोर्टात दाखवू शकलो नसतो. तरीही मी युअर

ऑनरना खात्री देतो की, ते तसंच घडलं होतं.

"डोर्ला बाल्फोरचं दुसऱ्यातिसऱ्या कुणाबरोबर नाही, तर बाल्फोर अलाईड असोसिएट्सच्या बॅनर बोल्सबरोबरच प्रकरण चालू होतं."

"अरे देवा!" हॅमिल्टन बर्जरचा मेसनवरचा राग वाढत होता.

जज कॅडवेलने कपाळावर आठ्या चढवल्या. "आधी मेसनचं बोलणं संपू दे मिस्टर बर्जर. बोलायची संधी तुम्हालाही मिळेल."

"फ्लॉरेन्स इन्गल गुथ्री बाल्फोरबरोबर टेलिफोनवर बोलली होती. तो डोर्ला बाल्फोरला घटस्फोट देणार होता. त्याला तिच्याविरुद्ध पुरावा हवा होता, म्हणजे पोटगीच्या वेळी त्याला फार पैसे मोजावे लागले नसते. ठरवल्याप्रमाणे ती पासादेनाला आगगाडीमधून खाली उतरली आणि आधीपासूनच ठरवल्याप्रमाणे तोही उतरला. तो गाडीच्या दुसऱ्या बाजूने उतरला आणि त्या दिवशी अगोदरच भाड्याने घेऊन स्टेशनवर उभ्या करून ठेवलेल्या गाडीत बसला. तिचा पाठलाग करून तिने ठरवलेल्या संकेतस्थळी पोहोचला. शेजारचीच केबिन मिळवून उत्कृष्ट मायक्रोफोनच्या साहाय्याने तिच्या केबिनमध्ये जे घडलं होतं, ते त्याने रेकॉर्ड करून घेतलं. मग डोर्ला तिची सूटकेस आणण्यासाठी घरी गेली. ती रात्र केबिनमध्येच काढण्याचा तिचा विचार होता.

"टेप रेकॉर्डरने दुसऱ्या केबिनमध्ये बोलला गेलेला प्रत्येक शब्द टिपला, पण मायक्रोफोनच्या साहाय्याने रेकॉर्ड केलेल्या आवाजात थोडी विकृती होती. गुथ्री बाल्फोरला आपल्या बायकोला भेटणाऱ्या माणसाची अजूनही ओळख पटलेली नव्हती. डोर्ला निघाल्यावर त्याने ठरवलं की, दुसऱ्या केबिनमध्ये शिरायचं, संतापलेल्या नवऱ्याप्रमाणे त्या माणसासमोर उभं राहायचं आणि त्याच्याकडून कबुलीजबाब मिळवायचा.

"त्याने केबिनमध्ये प्रवेश केला. केबिनमधला प्रकाश अत्यंत मंद होता. केबिनमध्ये असलेला बॅनर बोल्स डोर्ला परत येण्याची वाट बघत होता; पण त्याच्या मालकांपैकी एक असणाऱ्या आणि ज्याच्या पत्नीबरोबर तो व्यभिचार करत होता, तोच माणूस आत शिरलेला दिसताच बॅनर बोल्सला आश्चर्याचा आणि भीतीचा धक्का बसला.

"अजून गुथ्रीने त्याला ओळखलेलं नव्हतं, हे त्याला कळत होतं. त्याला तशी संधी देण्याचीही त्याची हिंमत नव्हती. त्याने आपला शक्तिमान फ्लॅशलाइट सरळ त्याच्या डोळ्यांवर रोखला. गुथ्री बाल्फोरचे डोळे त्या प्रकाशानेच दिपलेले असताना त्याने त्याच्या दिशेने एक खुर्ची फेकून त्याच्या अंगावर उडी घेतली. त्याला आशा होती की, बाल्फोरला आडवा करून तो कोण होता, हे बाल्फोरच्या ध्यानात येण्यापूर्वी तिथून निसटता येईल.

"पण बाल्फोरने पिस्तूल काढलं आणि झटापटीत गोळी उडाली. बोल्स अत्यंत

प्रसंगावधानी असल्यानेच इतका तरबेज ट्रबल-शूटर बनलेला होता. प्राणघातक गोळी बसल्याप्रमाणे चेहरा खाली करून तो जमिनीवर कोसळला आणि तसाच स्तब्ध पडून राहिला.

"घाबरूनच गुथ्री बाल्फोर धावत बाहेर पडला आणि भाड्याने घेतलेल्या आपल्या गाडीत उडी टाकून सरळ घरी पोहोचला. त्याला आता काय करायचं कळत नव्हतं. त्याच्या गोळीने मोठी भानगड निर्माण होण्याची शक्यता होती. त्याची प्रतिष्ठा धुळीला मिळाली असती. मग त्याला आठवण झाली की, तो आगगाडीमधून उतरला होता, हे खरंतर कुणालाच माहीत नव्हतं; म्हणजे स्लीपी हॉलो मोटेलमधला तो माणूस सोडून आणि तो मेलाच होता, असा त्याचा विश्वास होता.

"मधल्या काळात बॅनर बोल्सने उठून एका टेलिफोन बूथमधून डोर्लाला तिच्या घरी फोन केला आणि काय घडलं ते सांगितलं."

"हे सर्व सत्य आहे असं माहीत आहे तुला?" जज कॅडवेलने विचारले.

"अनेक सत्य गोष्टी माहीत आहेत. त्यांच्या आधारावर काही तर्क लढवले आहेत."

"नाहीतर काचेचा गोल वापरला असशील!" तुच्छतेने हॅमिल्टन बर्जरने टोमणा मारला.

"तेव्हा गुथ्री बाल्फोरने ठरवलं की, कंपनीचं विमान घेऊन फिनिक्सला जायचं आणि तिथे आगगाडी पकडायची. काही घडलंच नव्हतं, असं दाखवायचं. त्याने फ्लॉरेन्स इन्गलला फोन करून प्रवासी विमान पकडून फिनिक्सला जायला आणि तिथून कंपनीचं विमान परत घेऊन यायला सांगितलं. त्याचा फक्त फ्लॉरेन्स इन्गलवर विश्वास होता; पण डोर्ला बाल्फोर अजून घरीच होती आणि तिचा विश्वासघात उघडकीला आला होता, हे तिला कळलं होतं, याकडे त्याचं पार दुर्लक्ष झालं. तिचे स्वप्नातले इमले उद्ध्वस्त व्हायची पाळी आली होती. ती घरात लपून राहिली आणि तो फोनवर बोलत असताना मांजराच्या पावलांनी जवळ येऊन, लपूनछपून तो काय बोलत होता, हे तिने चोरून ऐकलं. फोनवरचं त्याचं बोलणं ऐकतानाच तिला तिच्या चमत्कारिक परिस्थितीमधून सुटका करून घ्यायचा मार्ग सापडला.

"त्याने फोन खाली ठेवेपर्यंत ती थांबली आणि पटकन पुढे होऊन आश्चर्याच्या स्वरात उद्गारली, 'गुथ्री, मला वाटलं तू आगगाडीमध्येच आहेस. काय झालं?'

"बाल्फोरने बहुतेक टेडचं पिस्तूल टेलिफोनजवळच्या स्टॅन्डवर ठेवलं होतं. आश्चर्यचकित झालेल्या पतीनिष्ठ पत्नीचं सोंग कायम ठेवत तिने बहुधा आपला डावा हात त्याच्या कंबरेभोवती टाकत पिस्तूल उचललं आणि म्हणाली, 'अरे देवा! हे काय आता?'

"आणि दुसऱ्या क्षणी तिने त्याच पिस्तुलाने त्याच्या डोक्यात गोळी घातली.

"बॅनर बोल्स ज्या ठिकाणी तिची वाट बघत थांबणार होता, त्या ठिकाणी फोन करून तिने त्याला ताबडतोब यायला सांगितलं. कॅब पकडून तो डोर्लाकडे पोहोचला आणि पुढली सूत्रं त्याने स्वत:च्या हातात घेतली. दोघं बोलत असताना त्याच्या मनात बहुधा कल्पना आली की, प्रेताचं डोकं दाणदाण आपटून त्याची ओळखच पटणार नाही अशी परिस्थिती निर्माण करायची, मग तो *हिट-अ‍ॅन्ड-रन* अपघाताचा बळी आहे भासवून प्रकरण टेडच्या गळ्यात अडकवायचं. ते नाही जमलं, तर फ्लॉरेन्स इन्गलचा वापर करून गुथ्री बाल्फोरनेच खून पाडून पळ काढायचा प्रयत्न केला असं भासवायचं.

"जॅक्सन ईगन या नावाने घेतलेली गाडी बोल्सने मोटेलजवळ आणून उभी केली. *हिट-अँड-रनची* कल्पना काम करेल आणि प्रेताची ओळख पटणार नाही, अशी त्याला आशा होती. जर तसं घडलं नसतंच, तर पोलिसांना एक निनावी फोन करून जॅक्सन ईगनचं नाव पुढे येईल याची खात्री करून घ्यायची, असं त्याने ठरवलं होतं. त्याने आखलेल्या योजनेत कुठल्याही क्षणी गडबड झाली असती, तर कुठल्या भलत्याच गोष्टी उपस्थित करता येतील, याचा तो विचार करून ठेवत होता.

"पण नंतरच्या गोष्टी फार सरळपणे पार पडल्या. बॅनर बोल्स फ्लॉरेन्स इन्गलच्या पार्टीला परत गेला. त्याने टेड बाल्फोरच्या एका ड्रिंकमध्ये मादक द्रव्यं मिसळल्यावर आपण काय करत आहोत याची टेडला शुद्ध राहिली नाही. त्याच वेळी टेड बाल्फोरला ताब्यात घेण्याचं बोल्सने ठरवलं होतं; पण मॅरिलिन कीथला वाटलं की, खूप दारू प्यायल्याने त्याची तशी अवस्था झाली होती. तिने त्याला गाडीमधून घरी नेलं आणि झोपवलं.

"पण मॅरिलिन घरी गेल्यावर या कारस्थानी लोकांनी टेड चालवत असलेली गाडी पुन्हा बाहेर काढली, गुथ्रीच्या प्रेतावरून पुन्हा पुन्हा चालवली, तिचा हेडलाइट फोडला आणि पोलीस तपासणी करतील एवढ्या गोष्टी मागे सोडल्या. पूर्ण खात्री करून घेण्यासाठी मिर्टल ॲन हेलेसारखी साक्षीदार मागे सोडली, जी अपघाताचा संबंध स्पष्टपणे टेड बाल्फोरशी जोडू शकली असती. पोलिसांनी टेडच्या गाडीवर नजर टाकावी म्हणून तशी निनावी सूचनाही दिली.

"आता या कारस्थानी लोकांना कंपनीचं विमान फिनिक्सला न्यायचं आणि बाल्फोरकडून उचललेलं तिकीट घेऊन तिथून गाडी पकडायची एवढंच करायचं होतं. डोर्लाने आपल्या नवऱ्याचं फ्लॉरेन्स इन्गलशी फोनवरून झालेलं संभाषण चोरून ऐकलं होतं आणि विमान परत आणण्यासाठी फ्लॉरेन्स इन्गल फिनिक्सला जाणार होती, हे तिला माहीत होतं. फ्लॉरेन्स इन्गलची समजूत, ती गुथ्री बाल्फोरला मदत करते आहे अशीच राहणार होती.

"या सर्व योजनेमागचा सूत्रधार अर्थात बॅनर बोल्स आहे. वर्षानुवर्षं त्याने अशीच कामं हाताळली आहेत. दुसरा एखादा माणूस भीतीने गर्भगळीत होऊन जाईल अशा परिस्थितीत भराभर विचार करायचा किंवा पुराव्यामध्ये इतका सावळा गोंधळ घालून ठेवायचा की, त्यामधून कोणीही त्याला हवा तसा अर्थ काढू शकेल, यात तो तरबेज आहे. या वेळचं काम त्याच्या कारकिर्दीतल्या सर्वोत्कृष्ट कामामध्ये मोडलं असतं.

"त्याने गुथ्री बाल्फोर या नावाने कार्ड घेऊन सरहद्द ओलांडली. त्याची फसवणूक उघडकीला आणू शकेल अशा कुणालाही त्याने फोन केला नाही. फ्लॉरेन्स इन्गलने केलेल्या मदतीबद्दल आभार मानून सर्वकाही ठरवल्याप्रमाणे घडत होतं, हे कळवण्यासाठी त्याने तिला फोन केला नाही. त्याला तसा धीर झाला नाही. कारण फ्लॉरेन्स इन्गलच्या लक्षात आलं असतं की, ती ऐकत असलेला आवाज गुथ्री बाल्फोरचा नाही; पण *मी गुथ्री बाल्फोरला ओळखत नव्हतो.* त्याच्याशी कधी बोललो नव्हतो. तेव्हा आवाज थोडा बदलून त्याने मला फोन केला आणि गुथ्री बाल्फोर बोलतो आहे आणि त्याच्या बायकोला मला भेटायला पाठवतो आहे, असं सांगितलं."

"तुझी कथा तर खूप चांगली आहे," जज कॅडवेल म्हणाले. "पण तू ती सिद्ध कशी करणार?"

"*मी ती सिद्ध करणारच नाही,*" मेसन म्हणाला. "पण मला वाटतं, जर पोलीस स्लीपी हॉलो मोटेलमध्ये गेले आणि जॅक्सन ईगन या नावाने बोल्स ज्या युनिटमध्ये उतरला होता त्या युनिटची त्यांनी तपासणी केली, तर तिथल्या तक्तपोशीत त्यांना आतापर्यंत लक्षात न आलेलं, पिस्तुलाच्या गोळीने पडलेलं भोक आढळेल. तिथे शोधलं, तर टेड बाल्फोरच्या पिस्तुलातून सुटलेली आणखी एक गोळी त्यांना सापडेल."

"छान! फारच छान!" जज कॅडवेल म्हणाले. "मिस्टर डिस्ट्रिक्ट ॲटर्नी, मी समजून चालतो की, तुम्ही या केसच्या तपासासाठी तुमची यंत्रणा कामाला लावाल म्हणून."

"मिस्टर मेसन यांचं बोलणं संपलं असेल," हॅमिल्टन बर्जरने रागारागाने बोलायला सुरुवात केली. "तर मी कोर्टाला आठवण करून देईन की, आता माझी काहीतरी बोलायची पाळी आहे. मला मिस्टर मेसन यांना विचारायचं आहे की, पोलिसांपासून दडवून ठेवलेला पुरावा त्यांच्याकडे कसा काय आला म्हणून."

"मी तो पोलिसांपासून दडवून ठेवत नव्हतो." मेसनने उत्तर दिले. "मी तो सादर करण्यासाठी अशा संधीच्या शोधात होतो की, ज्यामुळे खुनी पकडला जाईल.

"माहितीसाठी सांगतो की, आम्ही टॅक्सीकॅबमधून जात असताना बॅनर बोल्सने

सर्व गोष्टी माझ्याकडे कबूल केल्या; अर्थात एक गोष्ट सोडून. त्याने सांगितलं नाही की, डोर्ला बाल्फोरचा प्रियकर तोच आहे. कोर्टामध्ये सत्य बाहेर पडू नये म्हणून त्याने मला एक लक्ष डॉलर्सहून जास्ती फी देऊ केली होती. अशा परिस्थितीत पुरावा सादर करताच खरा गुन्हेगार पकडला जाईल, अशा क्षणापर्यंत तो मागे ठेवायचा मला हक्कच होता. मी तो सादर करण्यासाठी योग्य संधीची वाट बघत होतो. मला तो कधीही लपवून ठेवायचा नव्हता.

"पण साक्षीदाराच्या पिंजऱ्यात उभं राहून, शपथ घेऊन त्याने सरळ सरळ खोटी साक्ष दिली आणि माझी तयारी नसताना तो पुरावा सादर करणं मला भाग पडलं."

"हं! तुझा शब्द विरुद्ध बॅनर बोल्सचा शब्द!" हॅमिल्टन बर्जर पुटपुटला.

"बरोबर," मेसन त्याच्याकडे बघून हसत म्हणाला. "माझा शब्द विरुद्ध शपथेवर खोटी साक्ष देणाऱ्या आणि खुनाला मदत करणाऱ्याचा शब्द."

"आणि तू सर्व सिद्ध कसं करणार?" हॅमिल्टन बर्जर पुन्हा रागानेच उद्‌गारला. "तू कपोलकल्पित अशी गोष्ट तर सांगितलीस, पण तू ती सिद्ध कशी करणार?"

"कामाला लागून ती दुसरी गोळी शोधून काढलीत, तर *तुम्ही ती सिद्ध करू शकता.* ज्या माणसाच्या बोटाचे ठसे दर्शवतात की, बोलणं होण्यापूर्वी काही काळ आधीच तो मरण पावला होता, त्याच्याशी संभाषण झाल्याचं त्याने शपथेवर कसं सांगितलं, हे बोल्सला विचारूनही तुम्ही ते सिद्ध करू शकता. मेक्सिकन सरकारशी संपर्क साधून गुथ्री बाल्फोर या नावाने सरहद्दीवर दिलेलं कार्ड शोधूनही तुम्ही ते सिद्ध करू शकता. तुम्हाला आढळेल की, ते बॅनर बोल्सच्या हस्ताक्षरात आहे आणि मेक्सिको सोडताना त्याने व्यवस्थित सही करून ते टूरिस्ट कार्ड परत केलं आहे."

जज कॅडवेलने डिस्ट्रिक्ट ॲटर्नीकडे बघत एक स्मितहास्य केले. "डिस्ट्रिक्ट ॲटर्नी, मला वाटतं की, तर्कसंगती आणि सर्व न्यायबुद्धी या क्षणी पेरी मेसन यांच्या बाजूची आहे."

२१

पेरी मेसन, डेला स्ट्रीट, मॅरिलीन कीथ, पॉल ड्रेक आणि टेड बाल्फोर हे सर्व जण जज कॅडवेलच्या कोर्टरूमशेजारच्या विटनेस रूममध्ये अगदी थोडा काळ विजयाचा आनंद साजरा करण्यासाठी जमले होते.

"आता लक्षात ठेव," मेसनने टेड बाल्फोरला सूचना केली. "या क्षणाला तू आनंदात आहेस कारण तुझी सुटका झाली आहे; पण तुझ्या काकांचा खून झाला

आहे. तुला त्यांच्याबद्दल खूप प्रेम होतं. वार्ताहर तुझी मुलाखत घेतील. तुझे फोटो निघतील. फार मोठं दिव्य असतं ते.''

बाल्फोरने मान डोलावली.

''नंतर तू ॲडिसन बाल्फोर यांच्याशी संपर्क साधून काय झालं ते सर्वकाही त्यांना समजावून सांगणार आहेस. मॅरिलीन कीथला ते पुन्हा कामावर घेतील याचीही खात्री पटवून घेणार आहेस.''

''ते तुम्ही माझ्यावर सोडा.'' टेड बाल्फोर म्हणाला. ''या कोर्टहाऊसमधून बाहेर पडताच अर्ध्या तासाच्या आत मी त्यांच्याशी बोलणार आहे.''

दरवाजावर टकटक झाल्यावर मेसनच्या कपाळावर आठ्या चढल्या. ''माझी आशा होती की, इथे आपल्याला वर्तमानपत्रांचे वार्ताहर शोधणार नाहीत. आपली तयारी झाल्याशिवाय मला त्यांच्यासमोर उभं राहायचं नव्हतं. ठीक आहे. भेटू या त्यांना. आपण लपून बसलो आहोत असा त्यांचा समज व्हायला नको.''

मेसनने दरवाजा सताड उघडला.

पण बाहेर वर्तमानपत्राचा वार्ताहर नव्हता, तर जज कॅडवेलच्या कोर्टाचा बेलिफ होता. त्यांच्यासाठी खरेतर त्यानेच ही खोली उपलब्ध करून दिली होती.

''तुम्हाला त्रास द्यायला आवडत नाही मिस्टर मेसन,'' तो म्हणाला. ''पण फार महत्त्वाचा टेलिफोन आहे.''

''एक मिनिट,'' मेसनने इतरांना सांगितले. ''तुम्ही इथेच थांबा, मी येतोच परत.''

''या पुढल्या खोलीत टेलिफोन आहे.'' बेलिफने सांगितले.

''पॉल, तू ये माझ्याबरोबर.'' मेसनने सांगितले. ''तुलाच ज्याच्यावर काम करावं लागेल, अशी एखादी गोष्ट असायची. तूपण ये डेला.''

मेसन टेलिफोनचा रिसिव्हर उचलत असताना ते घाईघाईने त्याच्याजवळ येऊन उभे राहिले.

''हॅलो!'' मेसन म्हणाला.

एक खरखरता आवाज कानावर पडला. ''मिस्टर मेसन, मला वाटतं तुम्ही माझा आवाज ओळखला असणार. मी ॲडिसन बाल्फोर. मध्ये बोलू नका. माझ्या अंगात जास्ती ताकद नाही.

''तुमच्याबद्दल माझी फसवणूक झाली होती, याचं मला वाईट वाटतं. मी इतरांवर विश्वास ठेवायला नको होता. तुमच्यासारखी कीर्ती एखादा माणूस मिळवतो, तेव्हा त्याच्याकडे कशालाही तोंड द्यायची ताकद असते, हे मला कळायला हवं होतं.

''गुथ्रीबद्दल मला खूप दुःख होतं आहे, पण त्याला आता काही इलाज नाही. आपल्या सर्वांनाच कधीतरी जावं लागणार आहे.

"तुम्ही फार अप्रतिम काम केलं आहे आणि त्याच वेळी बाल्फोर अलाईड असोसिएट्सला मोठ्याच दुष्कीर्तीपासून आणि आर्थिक तोट्यापासून वाचवलं आहे."

"कोर्टात काय घडलं ते कळलं तुम्हाला?" मेसनने विचारले.

"अर्थातच कळलं आहे." ॲडिसन बाल्फोर ताडकन म्हणाला. "जजच्या चेंबरमध्ये काय घडलं तेदेखील ठाऊक आहे मला. मी आजारी असलो, तरी बुद्धी शाबूत आहे माझी. दर अर्ध्या तासाने मला रिपोर्ट मिळत होता. बॅनर बोल्सचं एकदा ऐकून तुमचं वकीलपत्र काढून घेतलं आणि मॉर्टिमर डीन हाऊलॅन्डला टेडचा बचाव करायला संधी मिळू दिली, हे माझं वागणं मूर्खपणाचं होतं; पण मी काही मूर्ख नाही.

"तुमच्या सल्ल्याची फी म्हणून बाल्फोर अलाईड असोसिएट्सला दीड लाख डॉलर्सचं बिल पाठवून द्या आणि त्या माझ्या सेक्रेटरीला ताबडतोब कामावर हजर राहायला सांगा. तिला तात्पुरतं कामावरून काढल्याने तिच्या नावाला जो बट्टा लागला, त्याची भरपाई म्हणून मी तिला भरपूर पैसा देऊन तिच्याशी सलोखा करणार आहे. माझ्या पुतण्याबद्दल म्हणाल, तर त्याला सांगा की, त्याने जुगारात केलेल्या कर्जाची काळजी सोड. मला वाटतं त्याला चांगला धडा मिळाला आहे.

"आणि मरणाच्या वाटेवर असलेल्या वृद्ध माणसाला आनंद द्यायचा असेल, तर तुम्ही सर्वांनी ताबडतोब इकडे येऊन मला माफ केलं आहे असं सांगा. सध्या एवढंच. गुड बाय."

ॲडिसन बाल्फोरने फोन ठेवून दिला.

मेसन वळला, तर पॉल ड्रेक आणि डेला स्ट्रीट दोघेही काळजीने त्याच्याकडे बघत उभे होते.

"कोण बोलत होतं?" डेला स्ट्रीटने विचारले.

"ॲडिसन बाल्फोर." मेसनने तिला सांगितले. "त्याला त्याच्याकडून घडलेल्या चुकांची दुरुस्ती करायची आहे. आपण सर्वांनी ताबडतोब त्याला भेटावं म्हणतो आहे."

"मग आपण ताबडतोब तिकडे पोहोचावं, हेच बरं." पॉल ड्रेक म्हणाला. "आपण *तिकडे गेल्यानंतर* वार्ताहरांनी आपली मुलाखत घेतली, तर ती उत्कृष्ट बाब ठरेल."

"पण कुणाच्या लक्षात न येता आपण इमारतीच्या बाहेर पडू शकत नाही." मेसन म्हणाला. "आपण तिकडे जातो आहोत असं वार्ताहरांना सांगू शकतो, पण पॉल, काही मिनिटांतच आपली मुलाखत घेतली जाणार आहे."

मेसनने विटनेस रूमचा दरवाजा उघडला आणि दुसऱ्या क्षणी पाऊल मागे

घेऊन हळूच बंद केला.

"मला वाटतं आत जाण्यापूर्वी आपण दोन मिनिटं थांबावं.'' मेसन हसत म्हणाला. "आत असलेले दोघं जण खूप महत्त्वाच्या गोष्टीवर बोलत आहेत... त्यांच्या दृष्टीने खूप महत्त्वाच्या.''

CPSIA information can be obtained
at www.ICGtesting.com
Printed in the USA
LVHW090012260422
717217LV00016B/841

9 789386 888365